Let Me Love You: Yvo Razon

Heitcleff

Ukiyoto Publishing

All global publishing rights are held by

Ukiyoto Publishing

Published in 2024

Content Copyright © Heitcleff

ISBN 9789361728471

*All rights reserved.
No part of this publication may be reproduced, transmitted, or stored in a retrieval system, in any form by any means, electronic, mechanical, photocopying, recording or otherwise, without the prior permission of the publisher.*

The moral rights of the author have been asserted.

This is a work of fiction. Names, characters, businesses, places, events, locales, and incidents are either the products of the author's imagination or used in a fictitious manner. Any resemblance to actual persons, living or dead, or actual events is purely coincidental.

This book is sold subject to the condition that it shall not by way of trade or otherwise, be lent, resold, hired out or otherwise circulated, without the publisher's prior consent, in any form of binding or cover other than that in which it is published.

www.ukiyoto.com

Dedication

Lubos akong nagpapasalamat sa Poong Maykapal sa pagpapala sa akin ng napakagandang pagkakataong ito upang ipakita ang aking kakayahan sa pagsusulat. Wala sa mga ito ay magiging posible kung wala ang suporta at paghihikayat mula sa aking pamilya, na palaging naniniwala sa akin at nag-udyok sa akin na ituloy ang aking hilig sa pagsusulat. Nagpapasalamat din ako sa lahat ng kaibigan kong manunulat sa UWW sa kanilang patuloy na paggabay at tulong sa buong paglalakbay ko sa pagsusulat. Panghuli, isang taos-pusong pasasalamat sa Ukiyoto Publishing para sa pagkilala sa aking talento at pagbibigay sa akin ng pagkakataong ito.

Contents

ISANG GABI	1
IT'S HER	6
UNTIL I MEET YOU	11
HERE YOU ARE AGAIN	17
THE DEAL	22
OBEY HIM	28
OBEY HIM	33
LIHIM NA NASASAKTAN	40
COLD	45
DATI PA MAN	51
PROVE HER	56
INIT SA MAGHAPON	61
HIS PAST	67
CONFRONTATION	72
WILL YOU STILL LOVE ME TOMORROW?	78
INVITATION	84
ANG PAGBABALIK	89
SNAKE	95
INSECURE	101
UNSURE	107
ANG PAGBABAGO	113
ANGELO GONZALES	120
COWARD	126
TORN BETWEEN THE TWO	131

GREEN-EYED-MONSTER ENGAGEMENT	136
WAKAS	143
ABOUT THE AUTHOR	148

ISANG GABI

MADILIM ang gabi, puno ng pagnanasa ang dala ng hangin. Nakahiga sa kama si Yvo at kumikinang ang mga mata sa pananabik habang pinagmamasdan siyang pumasok mula sa pintuan. Naglakad siya nang dahan-dahan patungo sa kanya na para bang isang panaginip. Ang kanyang katawan ay isang malaking tukso upang pagmasdan sa kanyang kahalayan. Ang kanyang mahabang buhok ay umakbay sa kanyang mga balikat, na nagbibigay ng malambot na kinang sa madilim na liwanag ng silid.

Naramdaman ng dalaga ang init na nagmumula sa katawan nito nang dumiin siya sa ibabaw nito. Bahagyang umakbay ang mga daliri nito sa braso niya, na nagdulot ng panginginig sa buong katawan niya sa kabila ng mainit na hangin sa pagitan nila.

Bahagyang hinaplos ni Yvo ang kanyang kurba bago nanginginig ang mga dulo ng mga daliri dahil sa suot nitong kamiseta na naglalantad ng maumbok na malasutla na balat na nangangailangan ng mas madamdaming paggalugad. Hindi naman siya ganito sa mga babae ngunit ibang sensasyon ang nararamdaman niya ngayon.

Malamlam niyang pinagmasdan ang mukha ng dalaga. Walang katumbas na salita ang tila mala-dyosang mukha nito. Walang ano-ano ay siniil niya ito ng halik at ang kanyang mga kamay ay ginalugad ang bawat pulgada ng kanyang katawan habang mas pinalalim pa niya ang halik at tila may namumuo sa loob nilang dalawa na parang kuryente na napakahirap na mapigil.

Ramdam ni Yvo ang pagkatigas ng ibabang bahagi niya at alam niyang ramdam din ito ng dalaga. Hanggang ngayon ay hindi niya man lang alam ang pangalan nito ngunit alam niyang makukuha niya rin ito maya-maya. Marahan niya itong hinalikan sa una, pagkatapos ay mas mapusok hanggang sa sumasayaw ang kanilang mga dila sa perpektong pagkakasabay ng paghinga ng isa't isa. Nakababaliw na para bang maihahalintulad niya kung papaano siya labasan.

Hindi na siya nakapagpigil at siniil niya na ng halik at nilawayan ang mala-porselanang leeg ng dalaga. Napaungol naman ang dalaga dahil sa kanyang ginawa na mas lalong nakapagpanabik pa sa kanilang romansa.

"What's your name?" tanong niya ngunit hindi pa rin siya tumitigil sa kanyang ginagawa habang pababa nang pababa ang kanyang mga labi.

Abot-abot naman ng dalaga ang kanyang hininga dahil sa ginagawa sa kanya ng binata. Ang mga labi nito ay tila nagliliyab sa init sa kanyang mga balat. Basang-basa na siya at gusto na niyang magpapasok. Kiniskis niya ang kanyang hiyas sa matigas na sandata nito na nagpapahiwatig na kailangan na nilang simulan.

"It's for you to find out," mahinang sagot niya habang habol-habol ang hininga dahil nilalawayan na mismo ng binata ang kanyang puson habang nilalamas naman nito ang kanyang dibdib.

Puno ng ungol ang sulok ng kwarto at gustong-gusto iyon ni Yvo, dahilan para mas lalo pa siyang tigasan.

Gamit ang kanyang ngipin ay dahan-dahang hinubad ni Yvo ang pang-ibaba ng dalaga. Ibinukaka niya ito at bahagyang tiningnan ang dalaga na siyang nakatingin na rin sa kanya na nakakagat-labi. Kita rin ang butil-butil na pawis na namumuo sa kanyang noo at mas lalong nakapagpalibog sa kanya ang bagsak nitong buhok na gusto niyang hilahin mamaya.

Binalikan niya ang imahe na nasa kanyang harapan. Kulay rosas ito na mamasa-masa at walang ano-ano ay agad niya itong dinilaan. Pataas at pababa ang kanyang ginawa at hindi pa ito nakuntento, pinasok niya pa ang kanyang dila sa butas nito na para bang hayok na hayok sa pagkalibog.

Habang abala ang kanyang dila sa kanyang hiwa ay abala rin ang kanyang mga kamay sa pagmasahe sa mabundok at malulusog na dibdib ng dalaga.

Tiningnan niya ang dalaga at bahagyang ngumisi. "Malalaman ko rin," wika niya at agad na hinubad ang kanyang pang-ibaba. Lumantad sa dalaga ang tila hindi niya lubos maisip kung kakasya ba ito sa kanya. Para itong liyon na naghahamon.

Dahil sa basang-basa na nang husto ang hiyas ng dalaga ay walang pakundangang ipinasok ito nang dahan-dahan ni Yvo. Halos magkasabay silang napaungol sa sensasyong nararamdaman nila. Dahan-dahang gumalaw si Yvo ngunit mas lalo lamang itong mas sumarap dahil sa bawat pasok at hila niya ay ang kusa namang pagyugyog ng malulusog na dibdib ng dalaga.

Madulas, masikip, at masarap—iyon lamang ang mga salitang namumutawi sa kanyang isipan.

Tanging ungol lamang nilang dalawa ang naririning sa buong silid.

Binuhat papaupo ni Yvo ang dalaga papaharap sa kanya na hindi kinukuha ang kanyang sandata. Sabay silang gumalaw laban sa isa't isa. Pinaikot-ikot ng dalaga ang kanyang balakang at nang maglaon ay pumataas-baba na ito sa binata. Habang ginagawa ito ng dalaga ay isinubo naman ni Yvo ang isa sa mga dibdib ng dalaga at pinaglaruan ito gamit ang kanyang dila, samantalang ang isa naman nitong kamay ay mahigpit na nakahawak sa kanyang baywang.

Napaungol pa nang husto ang dalaga dahilan upang titigan ito ni Yvo at napangiti siya sa tanawin dahil libog na libog mismo ang dalaga na maging siya man ay ganoon din.

Napasinghap ang dalaga sa pagtayo ni Yvo. Karga-karga siya nito at marahang pinaluhod na parang aso sa kama. Hindi maalis-alis ni Yvo ang kanyang mga tingin sa dalaga na pati likod nito ay dinampian niya ng maliliit na halik dahilan upang makiliti ang dalaga dahil sa init ng hininga nito at sa malalambot nitong mga labi.

Muling ipinasok ni Yvo ang kanya sa dalaga dahilan upang mapasinghap ito dahil sa marahas na pagpasok nito. Naramdaman na lamang ng dalaga ang pagsuklay ni Yvo sa kanyang buhok na para bang minamasahe at tinutumpok sa iisang kamay.

Umiindayog ang kanilang mga katawan at puro ungol ng nasasarapan ang kanilang pinagsaluhan. Labas-pasok ang kanyang ginawa at mas lalo siyang namangha dahil hanggang ngayon ay hindi pa nalalabasan ang dalaga at iyon ang gusto niya.

Ramdam niya pa rin ang patuloy na pagkabasa ng dalaga na para bang uhaw na uhaw sa romansa at para bang matagal nang hindi nagalaw.

Bahagyang ngumiti si Yvo dahil ang alam niya lang ay hindi na niya papakawalan pa ang dalaga pagkatapos ng gabing ito.

"Sa akin ka na," mahinang wika niya. Alam niyang hindi iyon narinig ng dalaga dahil patuloy pa rin itong umuungol.

Sabay silang nalabasan ngunit hindi roon huminto ang kanilang gabi.

IT'S HER

Makalipas ang isang buwan . . .

NASAPO ni Yvo ang kanyang noo dahil Lunes na Lunes ay hindi siya makapag-isip nang maayos. Hindi niya na alam kung ano ang nangyayari sa kanya dahil hindi naman siya ganoon. Alam niya ang sagot ngunit hirap lang siyang aminin ito mismo sa kanyang sarili.

Pagkatapos ng gabing iyon ay nagising na lamang siyang nag-iisa at ni anino ng dalaga ay hindi niya na rin nahagilap. Labis na galit at pagkainis ang kanyang naramdaman.

Gusto niyang hawakan ulit ang balakang nito at ihagis ito sa kama. Gusto niya ulit itong lamasin nang lamasin. Hindi niya alam kung libog lang ba ang kanyang nararamdaman dahil kahit tawagin niya ang mga babaeng madalas niyang nakakatalik ay para bang wala silang katumbas sa kanya. Masama na ang kanyang kalagayan dahil halos sinasakop na ng dalaga ang kanyang isip at buong katauhan.

Napahilamos siya ng kanyang mukha at isinara ang folder na nasa kanyang harapan at inihagis ito sa mesa. Nitong mga nakaraang araw ay hindi na siya makapag-isip nang matino kaya kahit gimik nilang magbabarkada ay hindi na siya nakakasipot dahil sa paghahanap sa dalaga.

Nakailang tawag na rin sa kanya si Zyer at ni isa sa mga iyon ay hindi niya nasagot. Malamang sa ngayon ay nanggagalaiti na ito sa galit.

Kung tutuusin ay maraming babaeng nagkakandarapa sa kanya ngunit tila nabihag na ito ng dalaga at ngayon ay para siyang asong ulol na nababaliw.

Natigilan siya sa kanyang pagmumuni-muni nang may marining siyang katok.

"Mr. Lorenzo is here," wika ng kanyang sekretarya bago binuksan ang pinto at pinapasok ito.

Naging kapansin-pansin ang paglalakbay ni Mr. Lorenzo, mula sa pagiging isa sa pinakamayamang negosyante hanggang sa pagbebenta ngayon ng kanyang mga bagsak na kompanya. Talagang nakalulungkot na dati niyang tinanggihan ang isang potensiyal na kasosyo sa negosyo na maaaring makinabang nang malaki sa kanya ngayon.

Sa pamamagitan ng pagsusumikap at dedikasyon, nagawa ni Mr. Lorenzo na makabuo ng isang kahanga-hangang imperyo ng negosyo, ngunit lumilitaw na ang mga pagsusumikap na iyon ay hindi na natapos sa mga kamakailang pagkalugi sa kita.

Ngunit hindi niya pa rin malilimutan ang araw na tinanggihan niya mismo ang kanyang unlak bilang kasosyo sa kanyang negosyo dahil ipinahiya siya nito sa halos mga kilalang tao.

"It's been a long time since we've meet," wika ng matanda sa kanya at isang mapaklang ngiti lamang ang kanyang iginawad dito.

"Let's get to the point of your visit, Mr. Lorenzo," wika niya at bakas sa matanda ang pagkagulat ngunit agad naman itong nawala at bahagyang natawa.

Inilibot ng matanda ang tingin sa kanyang opisina. "Nasa rurok ka ngayon ng iyong tagumpay ngunit huwag kang masyadong pakampante dahil baka maya-maya ay babagsak ka sa matayog mong lipad," anito na nakangisi.

"Maybe it will happen, but by then you will be gone from existence, Mr. Lorenzo," aniya at tinitigan niya ito sa mga mata. Para itong nauupos na kandila sa galit.

Napakuyom ng kamay ang matanda, halatang nagpipigil ito ng galit. "Keep your mouth shut, young man. You have no idea who you're dealing with," asik nito at hindi naman napigilan ni Yvo ang hindi mapangisi at mapabuntonghininga.

"So, how much?" deretsong tanong niya. Ayaw na nitong pahabain pa nang husto ang kanilang pag-uusap.

Napangisi naman ang matanda nang pagkaloko-loko. "They are remarkable. The expansive 73,000-square-foot facility located on Ford Street is currently approximately halfway leased. Located at 186 Ford St., it offers a range of spaces for businesses to flourish, and potential tenants can be rest assured that the quality of both the building and location are exceptional. So, I am letting each for 20.6 million," mahabang wika niya na para bang ipinagmamalaki pa ang papalugi na nitong mga kompanya.

"Mr. Lorenzo, while your remarkable price is appreciated, I am here to make you an offer with regards to the five losing companies under your ownership. After careful consideration, I feel comfortable offering you 20.6 million for the entire package, a sum which could be paid up-front or over time as necessary. Are you willing to consider my proposal?" wika niya at tiningnan ang reaksiyon ng matanda.

Aminin man nito o sa hindi ay alam niya naman kung ano ang totoo. Wala naman siyang patutunguhan kapag tinanggihan niya pa mismo ang unlak na presyo sa kanya.

Mahabang katahimikan ang namutawi sa pagitan nilang dalawa dahilan upang basagin ito ni Yvo dahil wala na siyang oras dito.

"You may leave, Mr. Lorenzo," aniya at akmang tatayo na sa kanyang kinauupuan nang magsalita ang matanda.

Tumango ito at napalingon sa bintana kung saan tanaw ang mga tao at sasakyan na paroo't parito. "I need it now," wika niya at kitang-kita ang pait sa kanyang mga mata.

Alam niyang matagal itong ipinundar ni Mr. Lorenzo sa larangan ng negosyo ngunit hindi naman ito tumatagal nang husto kung nasisilaw na sa ibang mga adhikain. Marahil ay nararapat lamang iyon sa kanya upang masalamin niya ang kanyang mga ginawa noon.

Tumango naman si Yvo at may pinindot sa kanyang lamesa dahilan upang may kumatok at pumasok ang kanyang sekretarya.

"Bring Mr. Lorenzo into the confines and give him this amount to be paid," wika niya sabay abot sa isang maliit na papel sa kanyang sekretarya at tumango naman ito.

Agad naman siyang nilingon ng sekretarya ngunit bago pa man umalis ang matanda ay nakipagkamay ito sa kanya na tinanggap naman niya.

"It has been a pleasure doing business with you, and I sincerely apologize for my previous actions. Good bye, Mr. Razon," wika nito sabay kuha ng kanyang kamay.

Tumango naman si Yvo sa kanya. "You too," maikling sagot niya at pinanood na lamang ang kanyang pag-alis.

Nang makaalis na sila nang tuluyan ay muli na naman siyang napabuntonghininga at naglakad patungo sa bintana. Tanaw niya ang mga taong abala sa paghahanap ng pera. Tatalikod na sana siya nang biglang tumibok nang mabilis ang kanyang puso.

Hindi siya namamalikmata at hindi siya pinaglalaruan ng tadhana. Para siyang naging tuod mula sa kanyang kinatatayuan na para bang ayaw niyang mawala sa kanyang paningin ang babaeng hinahanap niya.

"It's her."

UNTIL I MEET YOU

HINDI makandaugaga sa kakamura si Yvo habang pababa siya ng hagdan ng kanyang opisina. Isang two-storey building ang kanyang tinutuluyang opisina dahil iyon ang gusto niya. Ayaw niyang makita ang mga taong nagtatrabaho sa kanyang kompanya sa hindi malamang kadahilan o ayaw niya lang mismong aminin sa sarili niya.

Nang tuluyan na siyang makalabas sa kanyang opisina ay agad na hinanap ng kanyang mga mata ang dalaga ngunit wala na ito kung saan niya ito huling nakita. Parang masasabunutan niya mismo ang kanyang sarili sa galit at pagkairita. Kung hindi ba naman siya tanga kanina na nag-aksaya siya ng ilang segundo sa itaas na parang timang... siguro ay naabutan niya ito.

Ipinikit niya ang kanyang mga mata at marahang nagpakawala ng hininga. Iyon ang kanyang gawain kapag mukhang sasabog na siya sa galit. Hindi niya alam kung pinaglalaruan siya ng tadhana ngunit isa lamang ang sigurado siya na hindi na mauulit.

Kapag nakita niya ulit ang dalaga ay titiyakin niyang hindi na niya ito pakakawalan pa.

Muli siyang bumalik sa loob at saktong pagpasok niya ay tumunog ang kanyang cellphone hudyat na may tumatawag. Agad naman niyang tiningnan kung sino ito at hindi nga siya nagkamali dahil si Zyer ang tumatawag.

Sa ikalimang ring ay sinagot niya na ito. *"Ba't ang tagal mong sagutin ang tawag ko?"* salubong agad nito sa kanya.

Napahilot siya sa kanyang sentido at napapikit. "Ano'ng kailangan mo?" tanong niya na hindi pinansin ang tanong nito.

Dinig naman niya ang pagbuntonghininga nito. Marahil ay may hindi na naman magandang nangyari dito. *"Naghahanap ako ng resort na puwede kong matambayan nang ilang araw. Kung maaari sana ay okupado ko lamang ito,"* sagot nito sa kabilang linya at napangiti naman siya sa itinugon nito.

Alam niyang sa mga nagdaang araw ay hindi na ito minsan makapag-isip nang maayos at kahit hindi niya alam ang dahilan ay kailangan pa rin niya itong tulungan.

"I'll arrange it for you. Kailan mo ba gustong magbakasyon?" tanong niya habang papaakyat sa kanyang opisina.

Nang matapos ang kanilang usapan ni Zyer ay ibinilin niya sa kanyang sekretarya ang pag-aayos ng resort para kay Zyer.

"Mr. Razon, anong oras po kayo aalis para sa program ng St. Elizabeth?" tanong ng kanyang sekretarya na siyang ikinakunot naman ng kanyang noo.

Muntik na niyang nasapo ang kanyang noo dahil muntik na niyang makalimutan ang program na siya pa mismo ang special guest. Program ito ng mga nagdadialysis sa nasabing hospital na tutulungan niya sa pinansiyal.

"I nearly forgot. Am I not late yet?" tanong niya habang abala na sa pagsuot ng kanyang coat. Hindi na siya mag-aabalang mag-ayos pa dahil ayaw na ayaw niyang nahuhuli sa kanyang mga lakad.

Naging okupado siya masyado sa mga bagay-bagay na wala naman siyang makukuha. Oras na rin siguro upang bumalik siya sa kanyang huwisyo.

"You still have time, Mr. Razon, before the program starts," sagot naman ng kanyang sekretarya at agad naman niyang kinuha ang susi ng kanyang sasakyan at tuluyan nang umalis.

***

NANG makarating siya sa naturang programa ay hindi pa naman pala ito nagsisimula ngunit marami ang paroo't parito na mga tao at halatang abala.

"Mr. Razon, magandang araw. Nakatutuwa na nandito na po kayo. Dito po tayo," wika ni Dr. Velasco, ang Medical Director ng hospital.

Tumango naman siya bilang tugon at nakita niya rin ang mga iilang dialysis patients. Tulong niya ito sa kanila dahil ika nga ng mga matatanda na kapag nakakaahon ka sa buhay at maganda ang mga nangyayari sa iyo ay kailangan mo rin itong ipamahagi sa iba kahit sa mga iilang paraan, maliit man o malaki. Iyon naman ang turo ng kanyang ama.

Nagsimula ang programa at ipinakilala siya. Isa-isa niya ring kinamayan ang mga pasyenteng tuwang-tuwa sa kanyang tulong at bago magtapos ang programa ay muli siyang pinasalamatan. "Nais naming ipahayag ang aming taos-pusong pasasalamat kay Ginoong Razon para sa kanyang bukas-palad na tulong pinansiyal sa medikal na pangangailangan ng bawat-isa sa amin. Ang suportang ito ay gagawa ng napakalaking pagbabago sa pagbibigay-daan sa ating lahat na ma-access ang kinakailangan at nagliligtas-buhay na pangangalaga. Lubos naming hinahangaan ang kanyang kabaitan, pakikiramay, at pagiging maalalahanin, na sumasalamin sa napakaraming indibidwal sa komunidad na hindi kayang bayaran ang kanilang sariling mga gastos sa pagpapagamot. Salamat muli mula sa lahat dito!" mahabang lintanya ni Dr. Velasco at nagsipalakpakan naman ang lahat. Ngunit bago matapos ang programa at handa na siyang umalis ay may biglang nakakuha sa kanyang atensiyon.

Agad namang tumakbo ang mga nakaantabay na mga nars at napako ang kanyang atensiyon sa isang babaeng pasyente. Maputla ito at payat, halatang bagong pasyente dahil hindi pa ito umiitim gaya ng iba. Bata pa ito at bakas ang kagandahan, lingid sa pisikal nito ngayon.

Nahabag ang damdamin ni Yvo nang makita niyang inaasikaso ito ng mga nars at isang doktor. Kaya tama lamang ang kanyang desisyon na tumulong siya rito. Aalis na sana siya nang may biglang nagbukas ng pinto nang may kalakasan at agad na tumakbo kung saan naroroon ang babaeng tila hirap sa paghinga.

"Ano'ng nangyari sa kapatid ko?" mangiyak-ngiyak na saad ng dalaga ngunit hindi niya makita ang mukha dahil nakatalikod ito.

Biglang bumilis ang kabog ng kanyang dibdib dahil pamilyar ang boses na iyon sa kanya. Hindi siya mapakali at tiningnan niya ito nang husto kahit nakatalikod. Mula ulo hanggang paa. At iginiya siya ng kanyang mga paa patungo sa kanilang direksyon.

Habang papalapit siya nang papalapit ay mas lalong kumakabog nang husto ang kanyang dibdib. Ayaw niya munang tumalon sa konklusyon na sinasabi ng kanyang isipan ngunit malakas ang kanyang kutob na ang nasa harapan niya ngayon ay ang dalagang hindi niya maialis sa kanyang isipan.

Mismong tadhana na ang gumagawa ng paraan upang magkita at mapalapit sila sa isa't isa at hindi iyon sasayangin ni Yvo.

Papalapit na siya nang papalapit sa kanilang direksyon at nasa pangit man sila ng sitwasyon ngayon ay wala siyang pakialam. Kabisadong-kabisado niya ang buhok ng dalaga, buhok na siyang hinila-hila niya noong gabing iyon.

"Miss Sandoval, pumunta po muna kayo ngayon sa admitting section. Kailangan nating i-admit ang iyong kapatid ngayon. Kami na ang bahala rito. Ipahanda mo na rin ang kanyang kwarto at kailangan ay nasa pribado siyang kwarto na malapit sa nurse station kung maaari dahil monitoring siya ngayon sa kanyang lagay. Huwag ka na munang mag-alala sa mga gastusin, dali na," mahabang lintaya sa kanya ng nars na nag-aasikaso sa kanyang kapatid.

Umatras si Yvo at binigyang daan ang pagharap ng dalaga na agad namang nagmamadaling naglakad patungo sa admitting section.

Kitang-kita niya ang mga luhang umaagos sa kanyang mga mata. Alam na rin niya kung saan ito hahanapin mamaya.

HERE YOU ARE AGAIN

NAGPASYA si Yvo na hindi na muna gambalain ang dalaga, bagkus kinausap niya si Dr. Velasco na siya na ang bahala sa mga gastusin. Tamang-tama rin na hindi siya pag-isipan ng iba dahil para na rin itong eskandalo sa nasabing programa kanina.

Nang makauwi siya ay napagpasyahan niyang bumalik ulit sa hospital mamayang gabi. Alam na rin naman niya kung anong numero ng kwarto sila naka-admit.

Sa mga nangyari ay hindi maalis-alis ang ngiti sa mga labi ni Yvo. Kahit siya ay naiinis dahil nagmumukha siyang baliw na nakangiti sa hindi makitang rason ngunit wala namang nakakakita nito.

Kumuha siya ng baso at nagsalin ng inumin at nilagok itong lahat. Kailangan niyang mahimasmasan. Isang buwan din ang nakalipas bago niya ulit natagpuan ang dalaga kaya hindi na lamang siya makapaniwala sa mga nangyayari ngayon.

"I'm not going to let you go this time," bulong niya sa hangin at pumanhik sa kanyang kwarto upang maligo na muna saka aalis ulit.

Pagkatapos niyang maligo ay dali-dali na rin siyang nagpalit ng damit. Habang nag-aayos ng kanyang buhok ay ang siya namang pag-ring ng kanyang cellphone. Hindi na niya huhulaan kung sino iyon dahil alam niyang si Zyer ulit ang tumatawag.

Sa ilang ring ay agad niya rin naman itong sinagot. *"Why did it take you so long to respond?"* salubong sa kanya ng nasa kabilang linya na ikinairap naman ni Yvo.

"What do you want?" sagot niya habang abala pa rin sa pagsusuklay.

"Regarding the resort I mentioned to you, I would like to go there right now," anito at bakas sa boses nito na para bang may nangyayaring hindi maganda. Ngunit walang oras si Yvo na isipin pa ito. Ibibigay na lamang niya ang gusto nito kung iyon ang makakapagpatahimik dito.

"It's all set up already. If you would like assistance there immediately, please speak with my secretary. I apologize if I can't speak with you for longer, but I have things to run right now. I hope your trip there is pleasant," sagot ko at dinig ko naman ang kanyang pagbuntonghininga.

"Sorry for the trouble, but thank you, bro. I'll give her a call now."

Pagkatapos nilang magpaalam sa isa't isa ay napabuga si Yvo ng hininga dahil mukha itong may tinatakbuhan o iniiwasang problema. Bibisitahin na lamang niya ito sa resort sa mga susunod na araw kapag may bakanteng oras na siya . . . ngayon pa na nakita na niya ang dalaga.

***

NANG makarating siya sa hospital ay agad siyang dinala ng kanyang mga paa kung saan ang kwarto ng nasabing kapatid ng dalaga. Hindi niya alam kung ano ang gagawin pagkatapos, basta ang alam niya lang ay hindi na niya palalagpasin ang araw na ito.

Nasa harapan na siya ngayon ng kwarto at tiningnan niya ang pangalan na nakalagay sa isang maliit na lagayan. Ericka Sandoval ang nakasulat doon at kung hindi siya nagkakamali ay ito mismo ang nasambit ng nars sa kanya kanina.

May naririnig din siyang nag-uusap sa loob at sigurado siyang silang dalawa lamang ang naroroon.

Walang pagdadalawang-isip ay pinihit niya ang busol at itinulak nang marahan ang pinto dahilan upang matigilan ang pag-uusap nila.

Nang tuluyan na siyang makapasok ay kita niya ang babaeng nakahiga sa kama at maputla ngunit bakas pa rin ang kagandahan nito. Naniniwala siyang ang pangalan nito ay Ericka.

Dahan-dahang lumipat ang kanyang mga tingin sa katabi nito na sigurado siyang nakatingin na rin sa kanya. Nang magtagpo ang kanilang mga mata ay halos kumabog nang husto ang kanyang dibdib na para siyang mabibingi. Halata sa mga mata nito ang pagod at puyat ngunit hindi nito ikinubli ang angking kagandahan.

Agad na tumayo ang dalaga mula sa kinauupuan nang hindi inaalis ang kanyang mga tingin sa kanya. "Ericka, diyan ka na muna, ha. May kakausapin lang ako," wika niya at hindi na hinintay pa ang sagot ng kanyang kapatid at agad na naglakad sa direksyon ni Yvo.

Parang may kuryenteng dumaloy sa kanyang balat nang hawakan ng dalaga ang kanyang braso papalabas ng kwarto.

Nang tuluyan na silang makalabas ay ang siya namang pagbitiw ng dalaga sa pagkakahawak sa kanya. Bahagya siyang napangisi dahil sa mga titig ng dalaga sa kanya.

"Ikaw ba ang Razon na sinasabi nila?" anito na siyang ikinatango lamang niya na parang timang. "Ikaw rin ang nagbayad ng mga bayarin ng aking kapatid," dagdag pa nito saka siya tumango ulit.

"You left without even saying goodbye, so why did you do that?" wika niya na hindi pinansin ang mga una nitong sinambit kanina.

Napayuko ang dalaga at tila nilalaro ang kanyang mga kamay. "Iba't ibang klaseng mga trabaho ang pinapasok ko at noong gabing iyon ay isa ako sa mga babaeng kinuha ninyo para sa isang bachelor's party. Doon ay may nangyari nga sa atin at nang magising ako ay nakita ko na lamang ang sarili ko na dali-daling nag-impake papaalis dahil alam ko naman kung ano ang maaari mong sabihin o itrato sa akin . . . at ayokong maranasan ulit iyon," mahabang lintanya niya at hindi maiwasan ni Yvo na mabighani ulit sa kanya.

Alam niyang ginagawa lamang nito ang mga lahat ng iyon dahil na rin sa kalagayan ng kanyang kapatid. Kita niya rin kaninang umaga ang dati nilang mga bayarin sa hospital, maging outpatient o inpatient ang kanyang kapatid, at malaking halaga ito para sa kanilang dalawa. Sa mga tulad nilang hikahos sa buhay at walang masandalan na mga magulang ay tiyak siyang hirap din ang mga ito. Hindi niya lubos maisip kung papaano nito naigagapang ang buhay nilang dalawa sa pang araw-araw.

Nalaman niyang wala na silang magulang kay Dr. Velasco kaninang umaga habang inaayos ang kanilang mga posibleng bayarin. Sa isang pribadong hospital din kasi sila naka-admit dahil na rin sa mas maasikaso nang husto ang kanyang kapatid.

Iniisip pa lang ni Yvo kung ano-anong mga trabaho ang pinapasok niya ay siya na mismo ang nahihirapan para sa kanilang dalawa.

"What makes you think that I would treat you that way?" aniya. Dahan-dahang tumingala ang dalaga at nagsalubong ulit ang kanilang mga mata. "I asked you about your name that night, and perhaps I now have the right to know it," direktang saad niya at kita niya ang paglunok nito.

Namutawi ang katahimikan sa kanilang dalawa nang halos ilang segundo.

"Astrid, Astrid Sandoval . . . Mr. Razon."

THE DEAL

Makalipas ang isang linggo . . .

MAALIWALAS ang araw ng Linggo ngunit napakainit at masikip kung saan nanunuluyan sina Astrid at Ericka. Maliit lamang na kompartimento ang kanilang inuupahan dahil iyon lamang ang kaya ni Astrid na bayaran sa kakarampot na kinikita niya sa kanyang mga raket. Malaki naman sana ang kita niya ngunit lagi itong nauuwi sa mga gamot na para kay Ericka.

Nakauwi na rin sila pagkatapos ng dalawang araw sa hospital dahil medyo maayos na ang pakiramdam noon ng kanyang kapatid na siyang pinagpapasalamat niya sa itaas.

Pagkatapos ng pagkikita nila ni Yvo ay ilang araw ding hindi siya nakatulog nang maayos dahil sa kanilang pinag-usapan.

"Ate, kanina ka pa tahimik diyan. May problema ba?" tanong ng kanyang kapatid habang sumisipsip ng ice dahil medyo uhaw ito.

Agad naman niyang pinagmasdan ang kanyang kapatid at napabuntonghininga. Marahil nga ay kailangan niyang tanggapin ang alok ni Yvo sa kanya. Hindi lamang siya ang matutulungan kung hindi pati na rin ang kanyang kapatid na madugtungan ang kanyang buhay.

Alam niyang walang gamot sa mga dialysis patient na tanging paghe-hemodialysis lamang ang kayang ibigay sa pasyente. Ang hemodialysis ay hindi isang lunas para sa kidney failure, ngunit makakatulong ito na mapabuti ang pakiramdam at mabuhay nang mas matagal.

Ang tanging makapagliligtas lamang sa kanyang kapatid ay isang kidney transplant na siyang napakamahal at hindi niya alam kung saan iyon pupulutin. Kahit anong gapang at hirap niya pa ay mahihirapan siyang hanapin ang ganoon kalaking halaga.

"Nag-iisip lang ako kung ano'ng uulamin natin mamaya," wika niya at halatang hindi naman kumbinsido ang kanyang kapatid sa naging sagot niya.

Bahagyang ngumiti ang kanyang kapatid at tumango. "Ilang araw ka na ring puyat kahit may mahabang oras ka para matulog. Simula noong gabing iyon na may lalaking pumasok sa aking kwarto at kinausap ka ay iyan na ang mga naging aksiyon mo. Sabihin mo nga sa akin, Ate, kung ano ang nangyayari," wika niya at kapag ganito na ang boses ng kanyang kapatid ay alam niya hinding-hindi siya nito titigilan.

Huminga siya nang malalim at napabuga bago tuluyang magsalita. "Ang lalaking iyon ay si Mr. Razon at alam kong nakita mo siya sa programa ninyo kung saan ka nawalan ng malay. Siya ang nagbayad ng mga bayarin natin sa hospital," wika niya na hindi inalalantad ang buong detalye.

Napag-isipan niyang hindi iyon ibahagi lahat dahil baka isisi niya ito sa kanyang sarili dahil sa mga gagawin niya sa susunod. Ayaw niyang mag-isip pa nang husto ang kanyang kapatid dahil siya na lang ang kayamanan niya sa mundong kinagagalawan nila ngayon.

Tila kumislap naman ang mga mata ng kanyang kapatid sa tuwa. "Talaga ba, Ate? Kung ganoon dapat natin siyang pasalamatan," wika niya na ikinatango at ikinangiti naman ni Astrid.

"Dapat nga tayong magpasalamat kaya magpahinga ka na muna diyan at bukas ay session mo na naman sa pagda-dialysis," aniya at tumango naman ang kanyang kapatid sabay ayos ng kanyang higaan at ipinikit ang kanyang mga mata.

Si Ericka ay ang tipo na kapag ipipikit na ang kanyang mga mata at iisiping matutulog na siya ay agad-agad na umaaksiyon ang kanyang katawan upang matulog.

Nang mapansin niyang tulog na tulog na ang kanyang kapatid ay ang siyang paglinis niya ng kanilang kwarto. Hindi naman gaano kakalat ang kwarto ngunit nais niyang maging okupado ang kanyang isip sa mga bagay-bagay.

Nais niyang madugtungan ang buhay ng kanyang kapatid ngunit ang lahat naman ay may kabayaran. Walang libre sa mundong kanilang kinagagalawan.

Iisipin niya pa lang na magsisilang siya ng bata ng isang lalaking hindi niya man lang lubusan pang kilala at hindi niya mahal ay para na siyang naghuhukay ng sarili niyang libingan. Ngunit walang katumbas na halaga naman ang magiging kapalit ng kanyang sakripisyo at iyon ay ang madugtungan ang buhay ni Ericka.

Maghuhugas na sana siya ng kanilang pinagkainan nang biglang tumunog ang kanyang cellphone hudyat na may natanggap siyang mensahe.

Bumilis naman ang pintig ng kanyang puso nang mabasa kung kanino ito galing. Isang linggo na rin kasi ang lumipas kaya marahil sa ngayon ay naghihintay na ito ng kanyang kasagutan.

From: Mr. Razon

Answer

Iyon lamang ang nakaakibat sa mensahe ngunit para bang naririnig niya ang boses nito mismo. Nanginginig ang kanyang mga kamay sa paghawak ng kanyang de-keypad na cellphone dahilan upang malapit na itong mahulog sa plangganang puno ng tubig.

Napasapo siya ng kanyang noo dahil sa hindi pag-iingat. Keypad na nga lang ang kanyang cellphone at medyo sira pa tapos mahuhulog pa sa tubig. Isa iyong katangahan sa hindi pag-iingat para sa kanya.

Humila siya ng bangko at umupo. Walang ano-ano ay napasuklay siya ng kanyang buhok.

"I'd like you to bring my successor. You will be a surrogate, and in exchange, your sister will have a kidney transplant. She will have a longer life."

Para bang paulit-ulit niya itong naririnig dahilan upang ipilig niya ang kanyang ulo at tumipa sa kanyang cellphone. Sigurado na siya sa kanyang desisyon at iyon ay ang umayon sa kanyang alok.

Muling pinagmasdan niya ang kanyang kapatid na himbing na himbing sa tulog bago niya pinindot ang buton para ipadala ang mensahe pabalik kay Yvo.

Hindi niya namalayan na may namumuong luha na sa kanyang mga mata na nagbabatid kumawala. Hinayaan niya na lamang itong umagos sa kanyang pisngi ngunit dali-dali naman niya itong pinunasan gamit ang likod ng kanyang kamay.

Kailangan niyang maging matatag para sa kanilang dalawa. Hindi dapat siya maging mapili at hindi lahat nagkakaroon ng ganitong swerte.

Swerte nga bang matatawag kanyang kapalaran? Magdadala siya ng sanggol sa kanyang sinapupunan nang halos siyam na buwan at pagkatapos ay ano'ng mangyayari sa kanya?

Ano'ng mangyayari sa kanilang magkapatid? Siyam na buwan, papaano siya makakapagtrabaho sa ganoong sistema? Ano ang kakainin nilang magkapatid?

Dapat ba niyang iklaro na muna ang lahat bago siya pumayag? Ngunit sumang-ayon na siya.

Napapikit siya ng kanyang mga mata at nagpakawala ng hininga. Masyado na niyang pinapagod ang kanyang sarili sa kaiisip masyado. Ang importante sa ngayon ay ang kidney transplant ng kanyang kapatid.

Napapitlag siya mula sa kanyang kinauupuan nang may marinig siyang katok sa kanilang pintuan.

"Open this, Astrid."

OBEY HIM

NAGULAT si Astrid nang malamang si Yvo ang nasa labas ng kanilang kompartimento. Hindi niya malaman kung papaanong nalaman nito kung saan sila nanunuluyan. Naging tuod siya mula sa kanyang kinatatayuan at hindi malaman kung ano ang gagawin. Nahihiya siya na papasukin ang taong nasa kanyang harapan dahil sa masikip at masyadong mainit doon.

"Hindi mo ba ako papapasukin?" tanong ni Yvo na siyang ikinapula ng kanyang mga pisngi sa hindi malamang kadahilanan.

Hindi niya alam kung bakit tila nag-iinit siya at hindi mapakali. Nararamdaman na rin nito ang butil-butil nitong pawis sa kanyang noo.

"Mainit kasi sa loob. Puwedeng doon na lamang tayo sa may tindahan banda para makaupo at medyo mahangin na rin naman doon kaysa rito," sagot niya na nag-aalangan.

Binalewala naman iyon ni Yvo at pumasok na lamang na hindi inaalintana ang mga sinabi ng dalaga. Nang tuluyan na siyang makapasok ay inilibot niya ang kanyang mga tingin sa loob at agad ding nakita ang kapatid ng dalaga na himbing na himbing pa sa pagtulog.

Wala nang nagawa si Astrid, bagkus humila na lamang siya ng upuan at inalok ito sa kanya na siya namang tinanggap ng binata at naupo. Kumuha na rin siya ng baso at nagsalin ng malamig na tubig at inilagay sa mesa para sa kanya. Iyon lamang kasi ang maiaalay niya sapagkat salat siya ngayon sa pera dahil bukas pa ang sweldo niya mula sa kanyang part-time na trabaho.

"Kaya ako naparito dahil sumang-ayon ka na nga sa inalok ko sa 'yo. Wala kang dapat na ikabahala kung ang iniisip mo ay kung papaano kayong magkapatid dahil 'yan ay parte na rin ng ating kontrata. Simula sa araw na ito ay lilipat kayo sa mas komportableng tuluyan kung saan puwedeng magpahinga nang maayos ang iyong kapatid," wika niya saka lumingon kung nasaan si Ericka.

"Masyado naman yatang malaki ang ibibigay mo sa amin," mahinang sambit ni Astrid, tama lang na marinig ni Yvo.

"Hindi rin biro ang gagawin mo dahil siyam na buwan mong dadalhin ang supling ko. Please do not be concerned about all of the expenses. It is my responsibility because I am the one who makes the contract offer. Consider this good fortune," wika niya saka mataimtim na tinitigan ang dalaga dahilan upang mailang siya sa mga mata nito na para bang nangangain o ibang ibig sabihin ng pagkain.

Nais niyang sampalin ang kanyang sarili dahil sa kanyang mga iniisip kaya nagpakawala na lamang siya ng hininga. Mukhang wala naman siyang laban sa lalaking nasa kanyang harapan kaya sa huli ay ito pa rin naman ang masusunod. Susundin niya ang ibibilin sa kanya, alang-alang sa kanyang kapatid.

Tumango na lamang siya bilang tugon at walang ano-ano ay bigla nitong inilabas ang kanyang cellphone at mabilis na tumipa at inilagay ito sa kanyang tainga. Isang salita lamang ang kanyang sinambit bago niya pinatay ang tawag. Wala pang ilang segundo ay may mga tao nang pumasok sa loob na siya namang ikinagulat niya.

"Huwag kang mag-alala. Lahat ng gamit ninyo rito ay dadalhin n'yo pa rin. Sa tutuluyan ninyong bahay ay maayos na ang lahat at may katiwala kayong isa. Isa siya sa mga pinagkakatiwalaan ko kaya nasa mabuti pa rin kayong kamay," wika niya na halos hindi na marinig ni Astrid dahil tila ba napakabilis ng mga pangyayari. Na umano'y ang lahat ay gumagalaw sa pitik lamang ng kanyang mga kamay. Sobrang bilis na kahit siya ay nagugulat at hindi pa maiproseso nang maayos ng kanyang utak.

"Teka, napakabilis naman yata ng mga pangyayari hindi ko halos mahabol-habol," sambit niya habang tinatanaw ang mga babaeng nakasuot ng uniporme at inilalagay sa maayos na lalagyan ang kanilang mga gamit. Wala naman silang gaanong kagamitan kaya maliit lamang ang kanilang maaayos. Wala ring silbi ang mga kahon na nakahilera pa sa labas.

"If you don't mind, could you please wake up your sister? Just to let her know we're leaving because we have errands to run, just the two of us. And don't worry about her. She has her own doctor. Nasa labas na nga siya at naghihintay. May mga bantay na rin siya kaya wala kang dapat na ikabahala," anito saka muling lumingon sa isa sa mga nakaguwardiya sa labas at para bang sinenyasan ito.

Wala ring ano-ano ay may pumasok na hindi gaanong katandang babae na nakasuot ng puting uniporme at tumango ito sa kanila bago tuluyang dumeretso sa direksiyon kung saan naroon ang kanyang kapatid. "I'll be waiting outside, and please hurry," anito at naiwan siyang nakatunganga nang bigla na lang umalis si Yvo.

Napakabilis ng mga pangyayari at siya naman ay parang nangangapa sa dilim. Walang ano-ano ay iginiya siya ng kanyang sariling mga paa mula sa direksyon kung nasaan si Ericka.

Himbing na himbing pa rin sa pagtulog si Ericka, halatang wala masyadong iniisip at iyon naman talaga ang kanyang hangarin. Tumingala naman siya sa doktor at nakita niya itong nakangiti sa kanya, ngiting para bang isang ina na siya namang sinuklian niya. Muli niyang pinagkatitigan si Ericka at bahagyang niyugyog ang balikat para magising.

"Ricka, gising ka na muna at may lalakarin ako. Maging mabait ka sa kanila dahil lilipat tayo ng bahay. Saka ko na lamang ikukuwento sa 'yo lahat kapag nakauwi na ako, ha," bulong niya dahilan upang maalimpungatan ang kanyang kapatid at bahagyang kinusot-kusot ang kanyang mga mata.

Kahit siya ay nagulat dahil halos puno ng tao ang kanilang silid. Puro nagtatanong na mga mata ang itinapon ni Ericka kay Astrid ngunit binigyan lamang niya ito ng ngiti.

"Saka ko na ipapaliwanag ang lahat ngunit ngayon ay sumunod ka na muna sa kanila at mayroon lamang akong aasikasuhin," dagdag pa niya at parang wala namang magagawa pa roon si Ericka kung hindi ang magtiwala sa kanyang kapatid.

Sa huli ay tumango ito at matamis na ngumiti. "Hintayin kita, ha," wika niya na parang bata at tumango lang naman din siya.

Nang makapagpaalam na siya ay hindi niya lubos maisip na sa isang gabi iyon ay may malaking magaganap sa kanilang buhay. Dapat nga ba siyang magpasalamat o kailangan niyang maging maingat sa binata lalo na ngayon ay imposibleng hindi sila magkita araw-araw at hindi magdidikit ang kanilang mga katawan?

Handa na nga ba siya sa mga susunod na magiging kabanata ng kanyang buhay kung sa ngayon ay nag-uumpisa na ang lahat? Ibig din bang sabihin noon ay uumpisahan na rin naman nila?

Iyon ang mga tanong na umiikot sa mga oras na iyon sa kanyang isipan.

"Katawan na lang ang aking puhunan."

OBEY HIM

ILANG oras na silang nasa byahe at hindi pa rin sila humihinto. Nagtatakang tiningnan ni Astrid si Yvo na nakatuon lamang ang atensiyon sa daan na kanilang tinatahak. Nakakapagtaka lang dahil sa mga oras na iyon ay dapat na siyang kabahan ngunit wala siyang nararamdamang takot kapag kasama niya ang binata.

"Do you want something to eat? We're nearly there," anito na hindi man lang nag-abalang tingnan siya. Umiling naman ang dalaga dahil hindi pa naman siya gaanong nakakaramdam ng gutom. "Hindi pa naman. Saan ba talaga tayo pupunta? Baka gabihin tayo at mag-aalala ang kapatid ko sa akin," wika niya habang tinatanaw ang mga luntiang puno na kanilang nadadaanan.

Malapit na rin naman kasing magdilim sa mga oras na iyon at hindi niya alam kung anong oras sila uuwi. Para tuloy gusto niyang lumabas sa bintana ng sasakyan upang lasapin ang napakasariwang hangin sa labas. Batid niyang malayong-malayo na sila sa syudad at hindi niya maitatanggi na gusto niyang manirahan sa ganitong lugar.

Hindi naman maitago ng binata na medyo nasisiyahan siya na kasama niya ang dalaga. Napasulyap siya nang mabilis sa dalaga at kita niya rito ang pagkawili sa labas at wala man lamang halong bakas ng takot dahil kanina pa sila nasa byahe. Hindi naman nito masabing mahal niya ang dalaga dahil kakikilala lamang nila. Marahil ang tamang mga salita para sa kanilang dalawa ay kailangan nia ang isa't isa.

"Yvo, marahil ay nalilimutan mo na ang kompromiso mo sa amin. Tandaan mo ang lahat ng mga ipinundar at pinagtrabauan mo ay hindi mo makukuha kapag hindi mo natupad ang iyong ipinangako," wika ni Don Sebastian, ang ama ni Yvo, habang sumisipsip ng kanyang mainit na kape. Naikuyom niya ang kanyang palad dahil sa walang humpay na pagpapaalala sa kanya ng kanyang ama at ina sa mga katagang iyon. Wala rin naman siyang mapagpipilian dahil sa ayaw at gusto niya ay doon din ang punta ng lahat. Ayaw niyang mawala ang lahat ng kanyang mga ipinundar. Oras, dugo, at pawis na ang ibinigay niya roon mapalago lamang ang kanilang mga negosyo.

Magre-retiro na rin naman kasi ang kanyang ama bilang Chairman at CEO ng International Container Terminal. Masyado kasi itong nalulong sa trabaho pati na rin ang kanyang ina kung kaya't tila nalimutan nila ang mga oras at araw na nagdaan at hindi namalayang malaki at may isip na ang kanilang anak. Ngayon ay siya ang pinagdidiskitahan at iniipit sa kanilang kagustuhan na magkaroon ng apo dahil iyon ang kanilang huling sa kanya.

Sa huli ay sumang-ayon naman ang binata dahil sa kanilang kagustuhan at unang-una ay ayaw niyang makuha sa kanya ang lahat.

"Here we are," wika niya dahilan upang matutop ng dalaga ang kanyang bibig.

Napakalaking bahay ang nasa kanilang harapan na aakalain mong isang hacienda. Hindi mapigilan ni Astrid na ilibot ang mga mata habang papasok ang sasakyan sa loob. Para siyang nasa isang teleserye at hindi niya lubos maisip kung gaano kayaman ang binata.

"My parents' residence, but they gave it to me as a gift. They are currently on vacation," wika niya sabay parada ng sasakyan sa gilid.

Dahil sa pagkalula ay hindi niya na namalayan na pinagbuksan na siya ni Yvo ng pinto at dali-dali naman siyang lumabas na nahihiya.

"Sindikato ba kayo? Ba't ang yaman ninyo?" bulalas ni Astrid na walang preno-preno sa kanyang pananalita habang sinusundan ang binata papasok sa loob.

Bahagya namang natawa si Yvo sa kanyang tinuran at umiling-iling. Nang makapasok na sila sa loob ay agad naman silang sinalubong ng isang matandang babaeng naka-uniporme at batid ng dalaga na isa itong kasambahay.

Ngumiti nang pagkatamis-tamis ang matanda sa kanya kaya sinuklian niya rin ito. Tiyak siyang makakasundo niya ang matanda.

"Ipaghain mo muna kami Nanang at may pag-uusapan lang kami sa opisina ko. Maaari kang kumatok doon kapag nakahanda ka na," wika ni Yvo at tumango naman ito sa kanya.

Naunang umakyat ang binata bago niya ito sinundan ngunit nakita niya ang kasambahay na kumaway pa sa kanya kaya bahagya siyang natawa rito.

Nang makarating sila sa itaas ay bumungad sa kanya ang tila dalawang magkadikit na pinto na para bang malaking pasilyo. Malaki ang bahay kaya nararapat lang din na marami siyang katulong dito upang maglinis. Kahit siya ay ayaw niyang hawakan ang mga muwebles na nakikita niya dahil mukhang mamahalin at baka marumihan niya pa ito dahil sa pagkakakintab.

Pinagbuksan siya ng binata at pinaunang pumasok sa loob. Hindi mapigilan ng dalaga na hindi mapamangha sa loob dahil puros mga istante ng mga libro ang naroroon at ni halos walang alikabok ang mga iyon.

Halatang maasikaso ang mga katulong nila. Sa gitna naman ay may malaking mesa na muwebles at upuan. Wala siyang makitang kalat sa loob. Napasinghap siya nang mabangga ng kanyang likod ang isang mainit na katawan. Agad naman siyang lumayo at halata ang kanyang pamumula at nag-init agad ang kanyang mga tainga.

"Astrid," tawag nito sa kanya na may malamlam na mga titig. Titig na siyang nakapagpatunaw sa kanya noong mga gabing iyon at siyang hinahanap-hanap niya na.

Bahagya siyang napaatras dahil patuloy pa rin sa paglapit sa kanya si Yvo na para bang mangangain dahil sa kanyang mga titig.

"I brought you here to sign the contract, but perhaps we can discuss it later," anito at tila nanlamig na nag-iinit naman ang pakiramdam ng dalaga.

Hindi niya mawari ang kanyang nararamdaman. Gusto niyang siilin ng halik ang binata dahil sa nag-iimbita nitong mga labi ngunit wala siyang lakas na gawin ito. Para siyang nauupos na kandila habang paatras nang paatras hanggang sa masagi ng kanyang likod ang mesa. Napatingin siya sa kanyang likuran at wala na siyang mapupuntahan pa. Para siyang isang tupa na naikulong sa bitag ng isang lobo.

Muntik na siyang mapasigaw sa gulat nang bigla siyang buhatin nito at pinaupo sa mesa. Parang tambol na kumakabog-kabog ang kanyang puso dahil sa kanilang pwesto. Inaamin naman ng dalaga na gusto niyang angkinin siya ulit ng binata ngunit may lugar sa kanya na hindi dapat nila muna iyon gawin.

Natataksilan siya sa kanyang katawan dahil mukhang nagpapaubaya ito sa mga tingin at maiinit na mga haplos ng binata. Dahan-dahang ibinuka ng binata ang kanyang binti. Nakaputing bestida lamang kasi siya at hindi na nakapagpalit pa kanina.

"If you are not famished, I apologize, but I felt an appetite for you. Kanina pa ako naninigas sa 'yo," wika nito at bago pa man makapagsalita si Astrid ay sinaakop na nito ang kanyang mga labi.

Noong una ay mabagal at nilalasap pa nila ang kanilang mga labi ngunit kalaunan ay naging mapusok, mainit, at tila hayok na hayok sila sa isa't isa dahilan upang maglaro ang kanilang mga dila. Idinikit ni Yvo ang kanyang matigas na sandata sa gitna ng dalaga. Pinalupot naman ni Astrid ang kanyang mga binti sa baywang nito habang patuloy pa rin sa kanilang halikan.

Alam nilang kailangan nila ang init ng bawat isa. Walang gaanong gamit sa mesa bukod sa computer nito. Nang maghiwalay ang kanilang mga labi ay habol-habol naman nila ang kanilang paghinga.

Kitang-kita mula sa pwesto ng binata ang malulusog na mga dibdib ng dalaga na para bang naghahanap ng atensiyon niya. Walang ano-ano ay winaksi niya ang suot ng dalaga dahilan upang maibalandra sa kanyang harapan ang nakahubad na katawan ng dalaga. Wala pala itong suot na pang-itaas ngunit hindi niya ito nahalata kanina.

Pinagkatitigan niya ang mga mala-rosas na mga utong nito na tila ba inaakit siya. Bahagya niyang tiningnan ang dalaga na namumula at tila nahihiya sa kanyang katawan. Agad niya itong siniil ulit ng halik at minasahe pataas at pababa ang kanyang dibdib.

Hindi mapigilan ng dalaga na mapaungol sa kanyang ginagawa. Napaka-eksperto ng kanyang mga kamay dahilan upang mas lalong mabasa ang kanyang gitna. Naglakbay ang mga maliit na halik ng binata patungo sa kanyang leeg at bahagyang dinila-dilaan ito pati na rin sa kanyang tainga. Walang tigil ang kanyang pag-ungol dahil sa sensyayong nararamdaman niya.

"Don't be embarrassed by your body. You're beautiful," anito na abala pa rin sa paghalik pababa sa kanyang katawan at malapit na ito sa kanyang pusod.

Ramdam ng dalaga ang mainit at malapot na likido sa kanyang gitna. Basang-basa na ito at hindi na siya makapagpigil.

Mas lalong ibinuka ni Yvo ang binti ng dalaga at napangiti dahil kitang-kita niya ang pagkabasa ng suot nitong pang-ibaba. Marahan niya itong ibinaba at sininghot bago niya tiningnan ang kumikislap at malarosas nitong perlas.

Tiningnan niya ang dalaga at nakakagat-labi lamang ito sa kanya, halatang hindi na makapagpigil sa kanyang susunod na gagawin.

Inilapit ni Yvo ang kanyang ulo at bahagyang dinilaan ang magkabilang pisngi ng kanyang maumbok na ari. Napaungol naman sa sarap ang dalaga at napasabunot sa buhok ng binata dahil sa ginagawa nitong pagtukso sa kanya.

Walang ano-ano na rin ay dinilaan na nito ang kanyang hiwa kasabay ang pagpasok ng kanyang dalawang daliri sa kanyang butas. Taas-baba ang kanyang ginawa at bahagya pang sinipsip ang kanyang perlas.

Punong-puno ng ungol ang buong silid.

LIHIM NA NASASAKTAN

DALAWANG linggo nang nanunuluyan sina Astrid sa kanilang bagong tahanan. Pagkatapos ng araw na iyon ay hindi na muling nagkita sina Astrid at Yvo. Sa hindi malamang kadahilanan ay para bang nasasaktan ang dalaga ngunit pilit niya itong binabalewala. Kahit na lahat ng mga kailangan nila ay nabibigay ay hindi pa rin tumigil si Astrid sa pagtatrabaho sa isa niya pang part-time job sa isang fast food chain.

Kasalukuyan siyang nagtitimpla ng gatas dahil hindi siya makatulog sa mga araw na nakalipas. Tulog na rin ang kanyang kapatid at lubos ang kasiyahan niya dahil nakikita niya itong nasa maayos na kondisyon.

May donor na rin ang kanyang kapatid ngunit sa susunod pang buwan gagawin ang operasyon sa kanya. Gabi-gabi ay lagi niyang pinagdarasal na maging maayos ang lahat para sa kanyang kapatid.

Humila siya ng bangko at pinagmasdan ang mainit na usok na galing sa tasa ng kanyang tinimplang gatas. Pagkatapos ng gabing iyon na kanilang pinagsalohan ay nagising na lamang siya na wala na ang binata sa kanyang tabi. Nakita niya lamang ang kanyang sarili na sinusundo at nakasakay na sa isang sasakyan patungo kung nasaan ang kanyang kapatid.

Para bang pinalasap sa kanya ang ginawa niya noon sa binata. Napapikit siya nang mariin at napabuntonghininga. Naguguluhan siya sa kanyang sarili kung bakit niya iniisip ang binata.

"Maghunos-dili ka nga, Astrid," bulong niya sa kanyang sarili saka lumagok ng gatas.

Noong araw ding iyon ay ipinasok lahat ng binata sa kanya ang lahat ng kanyang likido na para bang atat na atat na itong bigyan ng supling at ngayon ay ni anino nito ay hindi niya mahagilap. Ngunit bakit pa ba? Bakit niya nga ba ito hinahanap kung gayong isang kontrata lang naman ang nakapulupot sa kanilang dalawa.

Sa oras na magdalang-tao at manganak siya, ang lahat ng nasa kanyang paligid ay mawawala rin. Babalik din ang lahat sa normal . . . kung ano ang buhay nilang magkapatid. Kaya nga hindi siya tumitigil sa pagtatrabaho dahil iniipon niya ito sakaling dumating na ang panahong iyon.

Ramdam niyang isa nga siyang bayarang babae at doon siya nasasaktan. Ilang beses pa lang naman silang nagkita at nagkaroon ng pagkakataon na mag-usap ni Yvo ngunit tila ba nakakaramdam siya sa tuwing nasa tabi niya ang binata ng kaligtasan. Kung maaari lang ay gusto niyang nasa tabi niya lagi ito o natatanaw niya man lang sa malayuan. Hindi niya rin mapigilang isipin kung gaano kaswerte ang nobya nito na siyang minsan hiniling niya ay siya na lamang ito.

Bahagyang ipinilig niya ang kanyang ulo dahil sa kanyang mga iniisip. Tila isang suntok sa buwan iyon kung mangyayari dahil kung susumahin at titingnan ay isa lamang siyang mahirap na nilalang at hindi man lang nakapagtapos ng pag-aaral. Sa madaling salita ay isa lamang siyang simpleng tao na walang binatbat pagdating sa mga gaya nila Yvo.

"Tama na ang kaiisip," bulong niya at inubos ang natitira sa kanyang tasa at tumayo na mula sa kanyang kinauupuan.

Hinugasan niya ang kanyang tasa saka nagpunas ng kanyang kamay. Napatingin siya sa malaking orasan na nakasabit na nagsasabing alas-otso pa lang ng gabi.

Napatanaw siya sa balkonahe at dahil sa patay na nga ang mga ilaw sa loob ay tanaw niya ang maliwanag na buwan na siya lamang nagbibigay liwanag sa loob.

Napagdesisyonan niyang lumanghap na muna ng sariwang hangin at nang makalabas siya ay hindi niya mapigilang hindi mapahanga sa mga bituin na kumikislap sa kalangitan.

Nagpasya siyang maupo na muna at pagmasdan ang kagandahan ng kalangitan.

"Saan kaya tayo pupulutin pagkatapos nito?" bulalas niya at kahit na anong pigil niya sa kanyang sarili na huwag na muna itong isipin ay hindi niya pa rin mapigilan ang kanyang sarili.

***

SA KABILANG dako ay nasa balkonahe ng kanyang penthouse si Yvo at tinatanaw ang mga bituin. Mag-isa lamang siya kasama ang kanyang isang boteng alak na kanina niya pa nilalagok. Maski siya ay hindi makatulog dahil sa kaiisip sa dalaga.

Tama nga ba ang kanyang ginawa? Tama nga ba na ipinagpatuloy niya pa na mapalapit sa dalaga?

Noong gabi ring iyon nang may nangyari ulit sa kanila ay nakita niya na lamang ang kanyang sarili na iniwan ang dalagang himbing sa pagtulog. He admits to himself that he has feelings for her. Ngunit hindi ibig sabihin noon ay isa itong pagmamahal. He barely knew her and yet he offered her a contract to be his surrogate.

Muli siyang nagsalin ng inumin sa kanyang baso at agad itong nilagok. Kailangan niya ito upang agad siyang makatulog.

"It's been two weeks," bulong niya saka napahilot sa kanyang sentido.

Sinadya niyang ibuhos lahat ng kanyang likido sa dalaga dahil baka sakaling makabuo na agad silang dalawa. At kapag nangyari iyon wala na siyang dahilan upang isipin pa ang dalaga. Kailangan na nitong magdalang-tao upang maibigay na ng kanyang mga magulang kung ano ang nararapat na para sa kanya.

Iyon naman talaga ang misyon niya at hindi kasali sa kanyang misyon ang salitang pag-ibig. Hindi siya kailanman magiging isang baliw pagdating sa pag-ibig dahil nakita niya na ito sa kanyang mga kaibigan na sina Xenon, Zyer, at Warn. Hindi siya magiging kagaya nila na para bang pinagsakluban ng mundo dahil lamang sa babae.

At hindi si Astrid ang makakapagpabagsak sa kanya sa ngalan ng pag-ibig.

"Astrid," bulong niya sa hangin na tila ba sa tuwing binibigkas niya ito ay parang nalalasap niya ang bawat sulok ng katawan ng dalaga.

Bahagya siyang natawa dahil sa kanyang naisip. Libog nga lang ba ang nararamdaman niya sa dalaga? O dahil kakaiba siya sa mga nakilala niya?

Marahil nga sa dalawang iyon . . . ang lahat ay tama. O pinipilit niya lamang na kumbinsihin ang kanyang sarili sa mga bagay-bagay na ayaw niyang malagay sa sitwasyon na ikinatatakot niya?

Pakiramdam niya ay nasa bingit na siya mismo ng kamatayan. Kailangan na niyang bilisan upang maalis niya na sa buhay niya ang dalaga bago pa maging kritikal ang lahat para sa kanya.

He needs to get rid of her.

"I need to stay away from you."

COLD

NAALIMPUNGATAN si Astrid nang may marinig siyang kaluskos sa gilid ng kanyang kama at nang tingnan niya ito ay nagulantang siya.

"Ericka!" sigaw niya at napatakbo sa direksyon ng kanyang kapatid.

Putlang-putla ito at butil-butil ang pawis na namumuo sa noo nito. Agad naman niyang hinawakan ang kamay nito at nagulat nang maramdamang ang lamig-lamig nito at kulay ube na ang mga kuko. Mas lalo siyang napasigaw nang umubo ito ng dugo na tumalsik pa sa kanyang damit at wala pang isang segundo ay sumuka ito ng napakaraming dugo.

Pulang-pula ang kanyang mga mata na tila ba titilamsik na sa kanya. Bumubuka ang kanyang bibig at tila may sinasabing mga salita na hindi niya maintindihan.

"Ericka!" sigaw niya at nasapo niya ang kanyang noo na basang-basa ng pawis. Tiningnan niya naman ang kanyang unan at basang-basa rin ito.

Doon niya na lang din napansin na basa rin ang kanyang mga mata. Umiiyak na pala siya ngunit ang lahat ng iyon ay pawang panaginip lamang. Panaginip na nakatatakot.

Pinakiramdaman niya rin ang kanyang puso at walang humpay pa rin ito sa pagkabog. Ipinikit niya ang kanyang mga mata at pinakalma ang kanyang sarili.

"Relax, Astrid, panaginip lang ang lahat. Isang masamang panaginip," bulong niya na kinukumbinsi ang kanyang sarili.

Nang buksan niya na ang kanyang mga mata ay nangingilid pa rin ang kanyang mga luha kaya hinayaan niya lamang itong umagos. Napagpasyahan niyang iligo na lamang ito upang maaga siyang mahimasmasan.

Sinilip niya ang maliit na orasan at nalamang alas-singko pa lang pala ng umaga. Agad siyang pumanhik sa banyo na nakalagay lamang sa loob ng kanyang kwarto kaya malaya siya kung sakaling nakahubad man siya.

Nang makapasok siya ay agad siyang naghilamos na parang nilulunod na niya ang kanyang sarili sa tubig. Basang-basa na siya roon at pulang-pula na parang hasang ng isda ang kanyang mga mata. Tiningnan niya ang kanyang sarili sa salamin na nasa kanyang harapan at halata sa kanyang mga mata ang kulang sa tulog at para bang punong-puno ng problema at mga isipin kahit na wala naman.

O ayaw niya lang aminin sa kanyang sarili na si Yvo ang dahilan ng kanyang pagkapuyat. Bakit nga ba iniisip niya pa ang binatang iyon? Wala namang rason para isipin siya at nakadalawang beses pa lang naman sila kung magkita, at heto siya ngayon, parang isang tanga na nagkakaroon umano ng problema.

Napabuntonghininga na lamang siya at naghubad ng kanyang mga saplot. Maliligo na lamang siya at lalabas agad upang makapagluto ng agahan. Kailangan niya ring ipaghanda ng makakain agad si Ericka lalong-lalo na ang gulay na siyang paborito nito at spring roll na lagi nitong hinihiling na igawa siya.

***

PAGKATAPOS niyang maligo at makapagbihis ay agad din siyang lumabas at tumungo agad sa kusina. Sa mga oras na iyon ay malapit nang mag-alas-sais ng umaga kaya alam niya maya-maya ay magigising na rin ang kanyang kapatid.

Nasa kalagitnaan siya ng kanyang pagluluto nang may marinig siyang tila huni ng sasakyan hanggang sa tuluyan itong mawala. Bigla siyang kinabahan dahil wala namang ibang nakakaalam kung nasaan sila kung hindi si Yvo lamang. Wala rin naman siyang kaibigan dahil nasa labas ito nagtatrabaho.

Mas lalo pang kumabog ang pagtibok ng kanyang puso nang may naririnig siyang mga yapak ng takong ng sapatos na tila ba patungo sa kanyang direksyon.

"Astrid," isang bruskong boses ang tila lumamon sa kinatatayuan ni Astrid nang marinig niya ang kanyang pangalan.

Nasa harapan niya ngayon si Yvo na nakapamulsa at titig na titig sa kanya. Napalunok naman ng laway ang dalaga at gustuhin niya mang magsalita ay para bang walang namumuong mga salita sa kanyang bibig. Tila ba nanunuyo ang kanyang lalamunan.

Mala-adonis kasi ang hulma ng pagmumukha ng binata na kahit sinong babae ang matititigan nito ay tiyak siyang malulusaw at mahuhulog pati ang kanilang mga pang-ibabang kasuotan.

"What are you cooking?" tanong niya at humila ng bangko saka umupo.

Agad namang bumalik sa ulirat ang dalaga at napagtantong malapit nang masunog ang itlog na kanyang niluluto. Agad naman niya itong inihain sa pinggan at kumuha ulit ng dalawang itlog.

"Pang-agahan at saka maghahanda rin ako ng spring roll na gustong kainin ni Ericka," sagot niya saka tumango-tango naman ang binata.

"Would you mind giving me some?" wika niya saka tumayo mula sa kanyang kinauupuan at naglakad patungo sa direksyon ni Astrid.

Nasa likod ni Astrid si Yvo at para bang inaamoy-amoy siya nito sa bandang leeg niya. Ramdam ni Astrid ang kanyang mabangong hininga kasabay na rin dito na nakikiliti siya.

Haharap na sana siya nang bigla namang umalis si Yvo sa kanyang likuran at pumunta kung saan nakalagay ang mga lagayan ng tasa at kape.

"Saan ka pumunta nang gabing iyon?" tanong niya at hindi niya alam kung saan siya humugot ng lakas ng loob para itanong ang bagay na iyon. Sa totoo lang ay wala naman siyang karapatan para itanong iyon.

Bumalik naman sa upuan si Yvo at ipinatong ang tasa ng kape sa mesa saka malamlam na tinitigan ang dalaga.

"None of your business," malamig na tugon niya saka sumipsip ng kanyang kape.

Tila napahiya naman ang dalaga at umurong ang kanyang dila. Tama nga siya ngunit itinuloy niya pa rin ang pagtatanong. Lihim siyang nagagalit sa kanyang katangahan at gusto niyang lamunin na lamang siya ng lupa dahil sa kahihiyan ngunit hindi na lamang siya nagpahalata.

Malapit na siyang matapos sa kanyang niluluto. Kasabay din noon ay ang paghanda niya ng spring rolls. Hindi niya rin kasi napapansin na natatapos niya na ang lahat dahil sa loob-loob niya ay natataranta siya sa mga titig ng binata sa kanya.

"Pasensya ka na at natanong ko. Wala nga pala akong karapatan na itanong iyon sa 'yo," wika niya saka inayos ang mga kalat niya at itinapon iyon sa malapit na basurahan.

Kumuha na rin siya ng mga pinggan upang ihanda na ang agahan kahit hindi pa nagigising ang kanyang kapatid. Papapasukin na lamang niya ito upang gisingin. Ayaw niyang mapag-isa kasama ang binata.

"Mabuti naman at alam mo. Sa madaling araw ay ipapatupad na ang operasyon ng iyong kapatid. Pagkatapos noon ay maaari na kayong umalis," anito at tila nagulat naman ang dalaga sa kanyang mga narinig.

"Papaano ang—" Hindi na niya naipagpatuloy pa ang kanyang gustong sabihin nang putulin agad ito ng binata.

"Forget it. Consider this as your luck."

DATI PA MAN

NANGINGILID at nagbabadyang kumawala ang mga luha ng dalaga ngunit pilit niya itong ikinukubli sa pamamagitan ng pagngiti na hindi naman halos abot sa kanyang mga mata. Lihim siyang nasasaktan sa mga katagang binitiwan ng binata sa kanya. Pagkatapos niyang ipaghanda ang binata ay agad din itong umalis. Mabuti na lang din at umalis ito kaagad dahil baka umiyak lamang siya sa harapan nito.

Hindi rin nagtagal ay dumating ang kanyang kapatid na halatang bagong gising lamang. Hindi siya makatingin nang deretso dahil baka maya't maya ay maluluha na lamang siya sa sama ng loob.

Hindi naman ito napansin ng kanyang kapatid kaya nakita niya ito bilang isang magandang senyales upang magkunwari na magbabanyo lamang siya dahil masakit ang kanyang tiyan.

"Kumain ka na muna riyan at ubusin mo 'yang ginawa kong spring rolls, ha," wika niya at tila kumislap naman ang mga mata ng kanyang kapatid at tuluyan niya na itong iniwan.

Habang papalapit siya nang papalapit sa kanyang kwarto ay pabigat din nang pabigat ang kanyang mga hakbang. Masyadong masakit at napakabigat ng kanyang pakiramdam. Tama nga naman ang binata at siya lang naman ang nagbibigay ng kahulugan sa lahat.

Dalawang beses pa lang naman. Dalawang beses ngunit napakasakit na. Bakit? Dahil noon pa man ay may gusto na siya sa binata. Kolehiyo pa lamang sila ay may pagtingin na siya rito. Kahit nasaan ang grupo nila na kung tawagin ay WXYZ ay naroroon siya.

Hindi naman kasi siya kapansin-pansin dati dahil sa kanyang mala-lolang pananamit. Ngunit pagkatapos ng isang taon sa pagiging kolehiyala niya ay agad din siyang huminto dahil kahit iskolar siya ay hindi niya pa rin kinakaya ang mga pagsubok na dumarating sa buhay nilang magkapatid. Sa huli ay tumigil siya at naghanap ng iba't ibang klase ng trabaho.

Ngunit kahit na ganoon ay lagi niyang nakikita si Yvo sa malayuan dahil lagi itong nasa isang bar kung saan kasama niya ang kanyang mga kaibigan. Isa rin kasi siyang waitress doon kaya hindi natigil ang kanyang pagkagusto sa kanya.

Nang sila ay nagkita noong gabing iyon ay hindi na siya nagdalawang-isip pa nang may mangyari sa kanila. Isa pa siyang birhen noon ngunit hindi niya ito ipinahalata sa binata. Masakit at nakakagalit ang sakit ngunit itinago niya iyon.

Kinaya niya ang lahat upang hindi lang sila tumigil. Nanginginig ang kanyang mga tuhod pati na rin ang kanyang mga kamay dahil sa sakit na sensasyong dinanas niya. Hindi rin nakita ng binata ang tagos ng dugo niya sa puting kumot. Bago pa siya umalis noon at iniwan ang binata ay pinalitan niya ang kumot nang hindi ito nagigising.

Bakit nga ba siya umalis? Kahit siya ay hindi niya rin alam ang rason. Kung hindi ba siya umalis sa araw na iyon ay may magbabago ba?

Sa tingin niya ay wala.

Nang makapasok na siya sa kanyang silid ay agad siyang pumanhik sa banyo at doon na nagsimulang umagos ang kanyang mga luha.

Hinayaan niya itong umagos nang umagos hanggang sa wala na siyang mailuha. Pulang-pula ang kanyang mga mata dahil sa pagpipigil niya kanina. Sobrang sakit ng kanyang dibdib na para bang binabara pati ang kanyang lalamunan. Simpleng mga salita lang naman ang binitiwan ni Yvo sa kanya kanina ngunit bakit parang nawawaksi pati kaluluwa niya.

Marahil ay minahal na nga niya ito noon pa man. Papaano nga ba siya nagkaroon ng pagtingin sa binata?

Malapit nang matapos ang recess kaya dali-daling kinuha ni Astrid ang kanyang mga gamit sa mesa. Isinubo na lamang niya ang sandwich at kinarga ang kanyang mga gamit. Ayaw na ayaw niyang nahuhuli sa kanyang mga klase.

Papaakyat na sana siya ng hagdan nang bigla siyang mabangga ng mga babaeng papababa.

"Tumingin ka sa dinadaanan mo!" singhal noong tila lider ng grupo nila at kaagad ding umalis.

Nagkalat sa sahig ang kanyang mga gamit at ang kagat-kagat niyang tinapay ay natapon.

Napabuntonghininga na lamang siya. Kung tutuusin ay kayang-kaya niyang pabagsakin sa sahig ang mga babaeng iyon ngunit pinili niya na lamang na manahimik. Wala rin naman siyang makukuha kapag papalag pa siya. Tiyak ay guidance lamang ang kanyang aabutin at sa kasamang palad pa nooon ay siya pa rin sa huli ang pagdidiskitahan dahil na rin kilalang mayayaman ang mga ito at kilala sa paaralan. Mas pinili niyang maging isang pader kaysa maging isang bayani para sa kanyang sarili.

Nagulat na lamang siya nang may mga kamay na tila tumutulong sa kanya sa pagliligpit ng kanyang mga gamit. Nang tingnan niya ito upang magpasalamat ay natigilan siya. Kumabog nang husto ang kanyang dibdib.

"Yvo," bulong niya at hindi niya alam kung narinig ba nito iyon dahil agad namang nagtama ang kanilang mga mata.

"Mag-iingat ka sa susunod. Sayang ang ganda mo kung tatanga-tanga ka," anito sa tila malamig na boses saka iniabot sa kanya ang kanyang mga gamit.

Natutulala naman siyang tinanggap ito at kahit na sinabihan siya ng hindi maganda ay tila ba nangungusap ang kanilang mga mata sa mga oras na iyon. Doon nagsimulang mahulog si Astrid kay Yvo.

Napangiti naman nang mapakla si Astrid habang tinititigan ang kanyang sarili mula sa salamin. "Ano ba'ng inaakala mo? Na magugustuhan ka rin niya pagkatapos may mangyari sa inyo? Na magkakandarapa rin siya na tulad mo?" asik niya sabay tulo muli na kanyang mga luha.

Naaawa siya sa kanyang sarili dahil tila ba naghahanap siya ng pagmamahal kaya ang dali-dali niyang masaktan. Naghahanap siguro siya ng kalinga dahil hindi niya ito naranasan kailanman dahil siya mismo ang tumayong ina at ama sa murang edad para sa kanyang kapatid.

Napakatapang niyang babae kung tutuusin, ngunit sa huli ang makadudurog lang pala sa kanya ay si Yvo.

Ilang minuto rin siyang namalagi sa loob ng banyo bago siya kumuha ng eyedrops na makakapagpakuha ng kanyang namumulang mga mata at nagtagal pa ulit nang mga ilang minuto. Sigurado siyang tatanungin siya ng kanyang kapatid kung bakit masyado siyang natagalan.

"Mabuti na rin siguro ito at isa na rin siguro itong pagpapala sa aming dalawa. Hindi na rin ako mabubuntis at patuloy na rin ang buhay naming dalawa. Makakapag-aral nang muli si Ericka at makakapagtrabaho na rin ako nang matiwasay kahit papaano. Ituturing ko na lamang ito bilang isang swerte, ika nga niya," aniya saka lumabas ng banyo na may lakas ng loob.

PROVE HER

PAGKATAPOS ng kanilang pag-uusap, halos hindi malunok ni Yvo ang kanyang laway dahil tila may nakabara sa kanyang dibdib. Alam niyang parang nangingiyak ang dalaga dahil sa kanyang tinugon ngunit iyon lamang ang naisip niya upang mapaalis na ang dalaga sa kanyang buhay at hindi mailagay sa peligro o maging miserable ang kanilang buhay dahil sa kanyang ama.

Sa ilang araw na nawala siya ay iyon din ang araw na siyang kinausap siya ng kanyang ama.

Abala siya sa mga papeles na napupunta sa bagong deal na nakuha niya nang biglang tumawag ang kanyang ama.

"We need to talk. Hihintayin kita ngayon sa bahay," salubong niya nang masagot agad ni Yvo ang kanyang tawag.

Hindi siya nito pinagsalita dahil agad naman nitong pinatay ang tawag. Alam niyang kapag ganoon ay seryosong usapan ang mangyayari sa kanila mamaya.

Agad naman niyang itiniklop ng folder na nasa kanyang harapan at inayos bago tuluyang umalis sa kanyang opisina.

Pinaharurot niya naman ang kanyang sasakyan dahil isang oras din ang byahe patungo sa lugar ng kanyang mga magulang ngunit nagawa niya lamang ito sa halos tatlumpung minuto.

Nang makarating siya ay agad naman siyang sinalubong ng kanilang mga katiwala at agad siyang iginiya kung nasaan ang opisina ng kanyang ama. Mukhang malalim nga ang kanilang pag-uusapan.

Tahimik ang buong silid at doon ay kitang-kita niya ang kanyang ama na nakaderetsong tingin sa kanya.

"Ano ba ang pinagkakaabalahan mo ngayon?"

deretsang tanong ng kanyang ama na halos hindi niya maintindihan kung ano mismo ang ipinupunto. Tila may iniitsa siyang mga larawan sa kanyang mesa dahilan upang maglakad si Yvo papalapit dito.

Doon lumantad sa kanya ang litrato niya kasama si Astrid. Napakaraming litrato na halos lahat ng mga kaganapan ay nakuha nito. Napakuyom siya ng kanyang palad at tila ba nanggagalaiti sa galit ngunit hindi niya ito ipinahalata.

"We know what we asked for, but we didn't want you to meet up with some random woman off the street," wika niya at halata mula sa kanyang tono ng pananalita ang galit at puno ng pagkabigo.

Ganoon naman talaga ang kanyang ama dahil hindi niya pa kinikilala ang isang tao ay lagi na niya itong ginagawan ng istorya sa kanyang isip.

"Hindi mo pa siya kilala nang lubusan, Pa. You don't have the right to call her names," wika niya at akma na sana siyang aalis nang biglang nagsalita ang kanyang ama.

"She will be the one who will take you down. Mark my word, son, but I won't let that happen. Guguluhin ko ang buhay nila kasama ng kanyang kapatid kapag hindi mo siya nilayuan. You know me well."

Nagkukumahog siyang umalis sa kwartong iyon at nakahinga nang maluwag.

Tutungo na sana siya sa kanyang sasakyan nang may biglang tumawag sa kanyang pangalan at alam niyang ang ina niya iyon. Para siyang nalulusaw mula sa kanyang kinatatayuan nang makita niya ang kanyang ina na nakangiti at tila iniimbitahan siyang hagkan ito. Walang ano-ano ay dinambahan niya ito ng mahigpit na yakap at halik sa pisngi.

Tanging ang in niya lamang ang nakakaintindi sa kanya noon pa man.

She was her comfort zone.

"I know what's upsetting you right now, as well as what that old man is nagging about," wika niya habang inaalo siya patungo sa kanilang ba kuran kung saan minsan ay abala ito sa kanyang mga tanim na orchids.

Parang bumalik sa pagkabata si Yvo ngunit wala siyang paki alam.

Mahilig ang kanyang ina sa mga bulaklak at ito na ang naging libangan niya. Nang makalabas na sila ay humila siya ng bangko at ipinikit ang kanyang mga mata. Malaya siyang nakahinga na para bang ang sari-sariwa ng hangin at halos walang kaproble-problema.

"I met her once," pagbasag ng kanyang ina sa katahimikan.

Tiningnan naman siya ni Yvo na nangungusap ang kanyang mga mata. "Her?" tanong niya na hindi makapaniwala.

"Yes, she worked as a waitress in this fast-food restaurant. Masasabi kong isa siyang ulirang anak na para bang lahat ng trabaho ay papasukin niya. She was nice and caring. Even though there are a lot of customers, she assists me. Doon pa lang, masasabi kong isa siyang mabuting tao, Yvo. So, if you are into her, then at least treat her right and maybe she is also into you," mahabang litanya niya at para bang natigilan si Yvo sa kanyang upuan dahil iyon din mismo ang nakikita niya sa dalaga.

Is he hopelessly in love? No, he realizes he isn't. He shouldn't be, he was simply perplexed by his emotions.

"At kung hindi ka man sigurado sa kanya, please don't take her for granted. Let her go because she deserves more. Every woman deserves to be treated with respect and to be cherished. Okay? But if you do love her, then pursue her and prove her to your father."

Napahilot na lamang siya ng kanyang sentido habang inaalala ang lahat ng kanilang mga pinag-usapan. Nagiging duwag nga ba siya sa kanyang nararamdaman? O ayaw niya lamang makita ang sarili niya katulad sa kanyang mga kaibigan? O dahil ayaw niya lang maulit pang muli ang naging nakaraan niya?

Is it worth it if he will fight for her? Ano ba'ng nararamdaman niya sa dalaga? Noon pa man ay may pagtingin na siya rito. Kolehiyo pa lamang ay tila nabighani na siya sa kanyang kagandahan noong araw na tinulungan niya itong iligpit ang mga nagkalat niyang mga gamit. Kita niya rin ang kinakain nitong sandwich na siyang paborito niya rin.

Muntik na nga niyang mabatukan ang kanyang sarili nang mabulalas niya na maganda ito kaya dinugtungan niya na lang din ng ibang salita.

Yes, he had fallen in love with Astrid before, but it had been a long time. And he didn't see her then, not after hanging around in that bar and seeing her work as a waitress. That's when he realizes she needs a job and money to support her sister. He keeps going to that pub late at night and secretly handing her a tip. He was crazy about her until he had to move to Canada for training on how to run his father's firm.

"I need to think."

INIT SA MAGHAPON

NAGDIDILIG ng halaman si Astrid sa isang maliit na hardin sa likod ng bahay nang may napansin siyang tila kumikinang na bagay. Agad naman niyang nilapitan iyon at pinulot.

Isa itong singsing.

Isang napakagandang singsing na masasabi mong mamahalin. Halata kasi sa mga maliliit na mga batong diyamante nito.

"Kanino kaya ito?" tanong niya sa kanyang sarili at nagpalinga-linga pa siya sa kanyang paligid kahit alam niyang wala namang tao bukod sa kanya.

Nagkibit-balikat na lamang siya at ibinulsa ito. Pang babae ang singsing kaya tiyak siyang hindi iyon kay Yvo ngunit ipapaalam niya iyon sa kanya mamaya kapag nagkrus ang kanilang landas.

Sa nangyari sa kanilang dalawa kanina ay tiyak siyang wala siyang mukhang maihaharap dito dahil sa hiya at nasasaktan pa rin siya sa kanyang mga narinig.

"Nakakabanas!" asik niya sabay saboy ng naiwang tubig sa bitbit niyang maliit na balde.

"Kanino ka nababanas?"

Napatalon naman sa gulat si Astrid mula sa kanyang kinatatayuan nang may biglang nagsalita. Agad siyang lumingon sang direksyon kung saan ito galing at agad ding kumabog nang husto ang kanyang dibdib.

Hindi umimik ang dalaga at nagsimulang maglakad papunta sa likod kung saan niya nakuha ang balde.

Tila nagulat naman ang binata sa tinuran nito dahil wala pa ni isang babae ang naging ganoon sa kanya. Kunot noo niyang sinundan si Astrid na para bang napipikon sa pinaggagawa niya sa rito.

"Problema mo?" asik niya at tila binakuran agad ang daan matapos ibalik ng dalaga ang balde.

Tumaas naman ang kilay ng dalaga at tiningnan niya ito mula ulo hanggang paa. "Ikaw, ano'ng problema mo?" pabalik niyang tanong na siyang ikinaawang naman ng bibig ng binata.

Hindi naman nakasagot agad si Yvo kaya nagkaroon ng lakas ng loob si Astrid upang itulak ito nang kaunti dahil dadaan siya. Kailangan niyang makaalis agad sa kanyang presensya dahil hindi na niya ito kinakaya.

Dahil sa kanyang ginawa ay tila hindi naman natinag o gumalaw man lang sa kinatatayuan si Yvo ngunit nagpumilit pa rin siyang umalis dahilan upang halos matapilok na siya.

Bahagya namang natawa ang binata ngunit agad din itong nabura nang pinandilatan siya ng dalaga at inismiran. Dali-daling naglakad si Astrid papasok ngunit nagsalita agad si Yvo.

"Ang ganda mo pero tatanga-tanga ka," anito dahilan upang matigilan ang dalaga sa paglalakad.

Nilagpasan naman siya ni Yvo na nakangisi at tuluyan nang pumanhik sa loob.

"Papaanong . . .?" Halos mawalan ng salita si Astrid at natulala. Kasabay naman noon ay ang pag-init ng kanyang mga tainga at pisngi.

Dali-dali siyang tumakbo papasok. Mabuti na lang at tulog na ang kanyang kapatid. Kung hindi ay magtataka iyon at pupunuin siya ng mga tanong.

Nang makapasok siya sa loob ay agad niyang isinirado ang pinto. Kailangan niyang maligo upang mahimasmasan. Masyado siyang nag-iinit dahil sa nangyari kanina.

O baka nagkataon lang o imahinasyon niya lamang ang lahat na kilala siya ni Yvo noon pa man.

Agad siyang naghubad ng kanyang saplot at ngayon ay hubo't hubad na siya. Papasok na sana siya sa banyo nang may biglang nagsalita.

"Nagkataon nga lang ba?"

Muntik mapasigaw ni Astrid sabay tabon sa kanyang bibig dahil sa panggugulat na ginawa ng binata.

Ngumisi naman si Yvo at umayos ng pagkakatayo dahil nakasandig lamang ito sa pader kaya hindi siya agad nakita ng dalaga.

Dahan-dahang naglakad patungo sa direksyon ni Astrid si Yvo. Doon na lang din namalayan ng dalaga na hubo't hubad siya kaya agad naman niyang niyakap ang kanyang sarili. Tatakbo sana siya upang kunin ang kanyang mga saplot ngunit huli na.

Hinawakan ni Yvo ang magkabilang kamay ng dalaga at kahit nagpupumiglas ito ay hindi naman natinag ang binata.

"Masasayang lang ang pwersa mo," bulong niya kay Astrid saka dinilaan ang kanyang tainga.

"Alis!" sigaw ni Astrid at wala siyang pakialam kahit marinig man ito ng kanyang kapatid.

Tila nabasa naman iyon ng binata. "Kahit magsisigaw ka . . . walang makaririnig sa 'yo. This space is soundproof kaya hindi ko alam kung nagkataon lang pero this is really where you belong," wika niya saka binuhat nang nakabukaka si Astrid.

Ramdam ni Yvo ang init ng balat ng dalaga malapit sa kanyang puson. Nasa harapan niya ang malulusog at bilugan nitong mga dibdib.

Hindi na rin nakapagpumiglas si Astrid at kahit siya ay nagagalit sa kanyang sarili dahil kahit katawan niya ay isang taksil. Bakit nga ba sa tuwing magdidikit ang kanilang mga katawan ay hindi na niya kayang tanggihan ang binata?

Nagulat naman si Yvo nang siniil siya ng halik ni Astrid. Kasalukyan silang nakatayo at tila ba hindi alintana ni Yvo ang bigat dahil para sa kanya ay magaan ang dalaga.

Niyapos ng binata ang baywang ng dalaga habang abala ang kanilang mga dila sa pagsasayaw. Dahan-dahan namang ibinaba ni Yvo si Astrid bago tuluyang naputol ang kanilang paghahalikan.

Lumuhod naman si Yvo upang tanawin at lasapin ang kanina pa niyang gustong kainin. Agad niya itong inamoy at dinilaan dahilan upang mapasabunot si Astrid sa buhok niya.

Puno ng ungol ang buong silid at gaya nga ng sabi ni Yvo kanina ay wala rin namang makakarinig sa kanya kaya malaya siyang mag-ingay sa loob. Para siyang nababaliw sa ginagawa ni Yvo sa kanyang perlas.

Taas at baba ang ginawa ng dila ni Yvo sa kanyang birhen sabay lamas ng kanyang mga dibdib. Hindi na kaya ni Astrid ang tumayo dahil tila ba nanginginig na ang kanyang mga tuhod sa sarap na kanyang nalalasap.

"Yvo, hindi ko na kaya," tila nahihingal niyang saad, abot-abot ang kanyang hininga. Napapikit siya ng kanyang mga mata nang muling dinilaan at hinalikan ni Yvo ang kanyang pagkababae.

"Kayanin mo dahil kinakaya ko," sagot niya at agad na pinatalikod ang dalaga.

Hindi pa siya nakakapagsalita nang ipinasok agad ng binata ang kanyang sandata. Basang-basa ang dalaga at gustong-gusto iyon ni Yvo.

Nag-umpisa na siyang bayuhin ito. Sa una ay mabagal lang hanggang sa umuungol na sa sarap si Astrid at napagpasyahan ni Yvo na bilisan pa ito.

Bawat bayo ay ang pag-ungol nilang dalawa. Labas-pasok ang kanyang ginawa at ang mas nakakapagdagdag ng libog sa kanila ay ang pagsalubong ng kanyang hita sa bandang pwetan ng dalaga na siyang lumilikha ng tunog.

"Astrid," ungol ni Yvo at nilalasap ang bawat imahe ng dalaga.

Sobrang ganda ni Astrid sa mga oras na iyon na para bang isang dyosa. Dahilan upang mas lalong manigas si Yvo.

Hindi rin nagtapos sa iisang laban ang dalawa hanggang sa dumilim.

HIS PAST

KINAUMAGAHAN nagising na lamang si Astrid na wala na si Yvo sa kanyang tabi at hindi na niya ito ikinagulat dahil tila naulit na naman ang kahapon para sa kanya. Hindi niya lubos maisip na nagpaubaya na naman siyang muli sa binata.

Napabuntonghininga na lamang siya at inayos ang kanyang higaan. Nagpalit na rin siya ng kanyang damit. Muntik na rin niyang makalimutan ang kanyang kapatid kung kumain ba ito kinagabihan.

Sinilip niya kung anong oras na at magsasaktong alas-sais pa lang pala ng umaga. Dali-dali naman siyang lumabas dahil kailangan na niyang magluto ng kanilang agahan dahil baka hindi pa nakakain ang kanyang kapatid mula kagabi.

Bago pa man siya makatungo sa kusina ay tila may naririnig siyang nag-uusap at sigurado siyang boses iyon ni Ericka. Nang makarating siya sa kusina ay tila nagulat siya sa kanyang nakita dahil naroroon si Yvo at tila nagluluto ng kung ano, samantalang ang kanyang kapatid naman ay panay kwento habang sumusubo ng sinangag na kanin na nakahain sa kanyang harapan.

"You're awake," tugon ni Yvo na hindi man lang siya tinapunan ng tingin dahilan upang mapatingin sa kanya si Ericka.

"Ate, dali! Puro masasarap ang inihain ni Kuya Yvo para sa atin," wika niya na punong-pungo ng kagalakan sa tono ng kanyang boses.

Tiningnan naman ni Astrid ang kinakain ni Ericka. "Maalat ba 'yan?" tanong niya habang nakatingin sa kanyang sinusubo.

"Huwag kang mag-alala dahil walang asin ang inihain ko sa kanya. Iba ang sa kanya at iba rin ang para sa atin," wika naman ni Yvo dahilan upang mapatingin siya sa direksyon nito at lihim na napangiti.

"Akala ko ay umalis ka na," aniya at bahagyang natawa naman si Yvo at umiling saka bumalik ang kanyang atensiyon sa kanyang niluluto.

***

PAGKATAPOS nilang kumain ay nagpasya si Astrid na siya na ang maghuhugas ng kanilang pinagkainan. Nang matapos siya sa kanyang gawain ay bumalik naman si Ericka sa kanyang kwarto upang mag-aral. Kahit papaano ay nag-aaral si Ericka ngunit sa online lamang. Lagi kasi siyang nahihimatay kaya napagdesisyunan ni Astrid na mag online class na lamang siya.

Magwawalis sana siya sa bakuran nang tawagin siya ni Yvo. Nasa labas din pala ito at matiwasay na nakaupo habang sumisimsim ng kanyang kape.

"Maupo ka," utos niya at humila nga ng bangko ang dalaga at sinunod ito.

May inilabas na kung ano ang binata mula sa kanyang bulsa at tila nagulat naman ang dalaga nang ilagay niya ito sa gitna ng maliit na marmol na lamesa. "Saan mo ito nakuha?"

Itinuro naman agad ng dalaga kung saan niya iyon napulot. Wala naman talaga siyang balak na ilihim ito sa kanya at nawala na rin sa isipan niya ang tungkol sa singsing na dapat ay isasauli niya rito.

Tiningnan naman ni Yvo kung saang direksyon ang itinuturo ni Astrid. Alam niyang hindi nagsisinungaling ang dalaga. Napasandig siya sa kanyang upuan at nakatingin sa malayo na para bang may inaalala.

Namayani ang katahimikan sa kanilang dalawa kaya imbes na magwalis si Astrid ay napagdesisyonan niyang mamahinga na lang muna at lasapin ang masarap na simoy ng hangin.

"This house was once our ideal home," basag niya sa katahimikan dahilan upang mapatingin ang dalaga sa kanya.

Halos walang emosyong makikita sa mukha ng binata na para bang nagkukwento lamang siya ng parabulang istorya.

"Siya ang unang babaeng niligawan ko at siya rin ang unang babaeng naging kasintahan ko. Baka nga siguro dahil sa wala pa akong kamuwang-muwang kung ano nga ba talaga ang kahulugan ng pag-ibig ay wala pa kaming isang taon ay inaya ko na siyang magpakasal," dagdag pa niya at tahimik naman si Astrid na nakikinig sa kanya.

Batid ng dalaga na marami nang alam si Yvo sa kanya ngunit kahit siya ay walang ni katiting na alam sa pagkatao nito. Kaya kahit na tungkol ito sa kanyang naging nobya noon ay ayos lang dahil kahit doon man lang ay may malaman din siya kung anong klaseng tao ito.

"Siya rin ang unang babaeng nagparanas sa akin ng kabiguan, but maybe everything happens for a reason. Dahil kung hindi iyon nangyari, then maybe I am not who I am today and who I am with now," wika niya saka tinapunan ng tingin ang dalaga. Dali-dali namang nag-iwas ng tingin si Astrid ngunit bakas sa kanyang mga pisngi ang pamumula nito.

"I learn how to hate women na halos tulad niya. Ginamit niya lang pala ako noon upang makakuha ng limpak-limpak na pera. Noong una ay hinayaan ko lang dahil nga mahal ko siya. Well, I guess love is indeed blind. Ngunit ipinakita sa akin ng aking ama kung anong uri siya ng babae at pagkatapos noon ay naghiwalay kami," pagpapatuloy niya saka kinuha ang singsing at tiningnan ito. "I thought she's the one," wika niya na walang bakas at halong emosyon sa kanyang boses.

"Tulad nga ng sabi mo kanina, everything happens for a reason. Baka sinubok ka lamang ng panahon at binigyan ng leksyon o para mabuksan ang iyong mga pananaw. Lahat naman tayo dumadaan sa akala natin ganito at akala natin ganyan, ngunit sa huli malalaman naman natin na lahat pala ay may rason. Bawat isa sa atin ay may kanya-kanyang pagsubok at hindi naman tayo binibigyan ng mga ganitong pagsubok kung hindi natin kakayanin," ani ni Astrid na inulit ang mga katagang binitiwan kanina ng binata.

Napangiti naman si Yvo at tumango saka inilapag muli ang singsing sa mesa. "Titingnan natin mamaya ang value ng singsing na 'yan. Kung magkano man ang makukuha natin ay ibibigay agad natin sa bahay ampunan na malapit lang dito. Mag-ayos ka na at pupunta na tayo," wika niya saka tumayo agad sa kanyang kinauupuan at umalis.

Napangiti naman si Astrid at bahagyang namangha dahil kalimitan sa mga napapanood niya sa mga pelikula ay agad itong tinatapon ng mga mayayaman na para bang wala lang at iyon din ang akala niya kanina. Napaisip din ang dalaga na baka ang binata rin ang nagtapon nito noon ngunit tila nag-iba ang ihip ng panahon ngayon.

Iniisip pa lang ni Astrid na sobrang minahal niya pala ang unang babaeng naging kasintahan niya ay tila nainggit siya. Gusto niya rin ng ganoong pagmamahal.

"Ano nga ba tayo, Yvo?"

CONFRONTATION

ABALA si Astrid sa pag-aayos upang mamalengke nang biglang pumasok si Ericka sa kanyang kwarto. "Ate, ipagbili mo na rin ako ng ballpen. Ubos na kasi ang tinta noong mga pansulat ko," wika niya at nakangiti namang tumango si Astrid.

Pagkatapos magpaalam ni Astrid ay agad siyang naglakad dahil sa kanto pa ang mga masasakyan upang makapunta ng bayan. Hindi naman iyon kalayuan kaya kayang-kaya niya iyong lakarin total naman ay mayroon siyang payong.

Hindi pa siya masyadong nakalalayo ay mayroong sasakyan na tila papalapit sa kanya dahil mabagal ang takbo nito. Nang nasa harapan niya na ito ay agad itong huminto. Agad siyang kinabahan dahil dito kaya napaatras siya at kakaripas na sana ng takbo nang biglang may tumawag sa kanyang pangalan.

Natigilan naman siya at napalingon. Isang matangkad na lalaki ang nalingunan niya na siguro ang mga edad nito ay nasa singkwenta pataas. May katikasan pa ang lalaking nasa kanyang harapan at kahit na sinong tao ang mahaharap sa kanya ay kakabahan dahil sa awra niya. Ngunit nakakakita ang dalaga ng medyo pagkahawig ng kanyang mukha kay Yvo.

"Astrid, maaari ba kitang makausap?" maawtoridad nitong wika at nakita na lamang ng dalaga ang kanyang sariling tumatango.

Habang sila ay nasa byahe, tila hindi makagalaw sa kinauupuan niya si Astrid dahil katabi niya mismo ang lalaki.

"Saan ka pupunta?"

Nilunok muna ng dalaga ang kanyang laway dahil tila nanunuyo ang kanyang lalamunan. "Sa palengke po," matipid niyang sagot.

"I am his father, Sebastian Razon. Nalaman kong may kinukupkop pala ang aking anak na hindi namin alam. But perhaps he has a reason," aniya at nagsisimula nang kabahan si Astrid.

"Wala po kaming masamang intensyon sa inyong anak. Nagkakilala po kami sa ospital kung saan ang kapatid ko ay—" Hindi na niya naipagpatuloy pa ang kanyang sasabihin nang biglang pinutol iyon ni Mr. Sebastian.

"Alam ko na ang tungkol sa inyong dalawa at wala naman akong pagtutol sa pagtulong niya sa inyo. Ang hindi ko lamang gusto ay mukhang ikaw ang napili niya," anito na siyang ikinalito naman ni Astrid.

Hindi niya maintindihan kung ano ang nais nitong ipunto.

"Ano pong ibig ninyong sabihin, Mr. Sebastian?" tanong niya na deretsong nakatingin sa mga mata nito mismo.

Napangiti naman siya. "Alam kong may pinag-usapan kayo at alam ko ring may kontrata sa pagitan ninyo. Dadalhin mo sa iyong sinapupunan ang kanyang anak, hindi ba?" litanya niya at hindi makasagot ang dalaga.

"Kung ako sa iyo ay huwag mo na itong ipagpatuloy pa. Hindi tulad mo ang magdadala ng aking magiging apo. Alam ko ang mga tulad mo. Kung ang problema ay ang kidney transplant ng kapatid mo dahil sa kontrata ninyo ay huwag mo nang alalahanin dahil ako na ang sasagot. Layuan mo lamang ang anak ko," aniya at hindi naman makahinga nang maayos ang dalaga dahil sa kanyang mga narinig.

"Gagawin kong miserable ang buhay ninyong dalawa at siguro naman kahit papaano ay matalino ka, Astrid."

Para siyang nanliliit sa kanyang sarili.

Ano ba siya sa mga mata ng ibang tao?

Porke ba isa lamang siya normal na tao at mahirap ay wala na siyang karapatang irespeto kagaya na lamang ng nararanasan niya ngayon?

Ito ang mga katagang tumatakbo ngayon sa kanyang isipan.

Napabuga siya ng kanyang hininga at pili na hinarap si Mr. Sebastian. "Ramdam at alam ko po ang pinupunto ninyo, Mr. Sebastian, ngunit hindi po ako ganoong klaseng tao kung ano man po ang nasa inyong isipan.

Marami ka na po sigurong nakilalang ganoon kaya natakpan at sarado na po kayo. Kahit pa magpaliwanag ako ay hindi pa rin magbabago ang inyong pananaw. Naiiintindihan ko po iyon ngunit ang nais ko lamang po ay kausapin ninyo ang anak ninyo," mahabang litanya niya at nagkatitigan lamang silang dalawa na para bang walang balak na magbalikwas ng tingin.

"Nandito na po tayo," wika ng driver dahilan upang mapatingin si Astrid sa labas.

Nasa harapan na sila ng palengke. "Maraming salamat po sa paghatid sa akin," wika niya at binuksan ang pinto saka lumabas at agad itong isinara.

Patuloy lamang siya sa paglalakad at walang balak na lumingon hanggang sa marinig niya ang huni ng sasakyan na paalis na. Para siyang nabunutan ng tinik at nakahinga nang maayos. Napahawak siya sa kanyang dibdib at patuloy pa rin ito sa pagkabog.

***

SA KABILANG banda, abala naman si Yvo sa kanyang opisina. Hindi na muna sila nagpatuloy ni Astrid sa bahay-ampunan kung saan magbibigay sila ng tulong.

May mga kailangan kasi siyang tapusin sa lalong madaling panahon. Tila may kalaban siya dahil nakukuha nito ang kanyang mga kliyente na dapat ay sa kanya. Kung wala siyang gagawin ay tiyak na magpapatuloy ito at babagsak ang kanilang kompanya.

Nasa kalagitnaan sila ng pag-uusap ng kanilang sekretarya nang biglang bumukas ang pinto at iniluwa nito ang kanyang ama. Agad namang lumabas ang kanyang sekretarya at naiwan silang dalawa.

"Pa," tawag ni Yvo at alam niyang may hindi magandang nangyari dahil sa kanyang awra.

Hindi naman siya nito pinansin at patuloy pa rin ito sa paglakad papunta sa kanyang bintana at kita nito ang mga taong paroo't parito.

"Alam mo ba kung bakit nawawalan ka ng kliyente?" tanong niya na siyang ikinagulat ni Yvo.

Tatlong kliyente na ang nawala sa kanya.

"Hindi mo alam dahil abala ka sa mga walang kwentang bagay. Maghanap ka ng iba, Yvo. Nakausap ko na siya kanina at kung matalino siya ay alam niya na ang kanyang gagawin," wika niya dahilan upang magbago ang tensyon sa pagitan nilang dalawa.

Lahat naman ay ginawa niya sa pamilya. Kahit na naging isang bigo siya ay hindi niya ito pinabayaan. Sinunod niya ang lahat ng mga utos nito ngunit tila sukdulan na pati ang pakikialam ng kanyang ama sa kanyang buhay.

Naikuyom ni Yvo ang kanyang palad at nakita naman ito ng kanyang ama dahilan upang matawa ito. "What now? Susuntukin mo ang sarili mong ama dahil lang sa babaeng iyon?" asik niya at halata ang galit sa tono ng kanyang boses pati ugat sa kanyang leeg.

Hindi na nagsalita si Yvo, kung kaya't agad niyang kinuha ang susi ng kanyang sasakyan. Kailangan niyang puntahan sa lalong madaling oras si Astrid. Parang nagkakarera ang kanyang kaba at napasuntok siya sa kanyang manibela dahil hindi niya mapasok-pasok ang susi dahil sa panginginig sa galit.

Kailangan niyang makita ang dalaga.

"Where are you, Astrid?"

WILL YOU STILL LOVE ME TOMORROW?

SA HALIP na mamalengke si Astrid ay hindi na lang siya nagpatuloy sa loob. Puno ng katanungan ang kanyang isipan. Hindi niya malaman ang kanyang gagawin. Para siyang mangiyak-ngiyak sa gilid ng daan habang naglalakad.

Punong-puno ang kanyang isipan ng mga katanungan kung itutuloy niya pa ba ang lahat o aalis na lamang sa buhay ng mga Razon. Ngunit kung aalis naman siya ay hindi na madudugtungan ang buhay ng kanyang kapatid.

Masyadong napakalaking halaga ng operasyon na iyon ngunit kung tatanggapin naman niya ay para na ring niyurakan ang buo niyang pagkatao. Walang-wala na siya sa buhay at ang tanging mayroon na lamang siya ay ang kanyang dignidad.

Nagbabadya namang tumulo ang kanyang mga luha ngunit pinipigalan niya ito sa pamamagitan ng pagkurap-kurap ng kanyang mga mata.

Malayo pa ang kanyang tatahakin ngunit wala siyang pakialam. Kailangan niyang magpahangin. Hindi niya gugustuhing umiyak na makikita ng kanyang kapatid.

"Huwag mo nang isipin ang sarili mo, Astrid. Isipin mo ang kapatid mo . . . please lang," bulong niya at pilit na pinapatatag ang kanyang sarili.

Tumigil siya sa paglalakad at tiningnan ang lugar kung nasaan na siya. Tatawid na sana siya nang may pumaradang pamilyar na sasakyan sa kanyang harapan.

Dahan-dahang bumaba ang salaming bintana ng sasakyan at nakita niya si Yvo na para bang nag-aalala sa kanya.

Bumukas ang pinto at para bang tuod ang dalaga mula sa kanyang kinatatayuan. Tinatanong niya ang kanyang sarili kung papasok ba siya o hindi ngunit para bang nangungusap ang mga mata ng binata sa kanya.

Sa huli ay pumasok siya at napabuntonghininga na lamang. Nakatutok lamang ang atensiyon ng dalaga sa daan at ramdam niya rin ang mangilan-ngilang sulyap ni Yvo sa kanya na para bang may nais na sabihin ngunit hindi niya masabi-sabi.

"Kinausap ka ba ng aking ama?" basag niya sa katahimikan at tumango naman ang dalaga.

Wala siyang balak na itanggi o magsinungaling dito dahil wala na siyang lakas upang makipagtalastasan.

"Kung ano man ang tumatakbo ngayon sa isipan mo . . . please stop it. I'll talk to him. Ako na ang bahala rito at huwag ka nang gumawa ng kahit na ano pa mang mga aksyon. I'll handle this," anito at sinulyapan ang dalaga ngunit nakatuon lamang ang mga tingin nito sa kalsada.

Walang imik ang dalaga at para bang malalim ang iniisip nito.

Napabuga ng hininga ang binata at dahil na rin sa bilis ng kanilang pag-andar ay medyo malapit na sila sa kanilang paroroonan.

Malayo kasi ang bahay na tinutuluyan nila at sa ngayon ay para silang nasa kabukiran at walang kabahay-bahay maliban sa mga punong nakahilera sa kalsada.

Ipinarada ng binata ang sasakyan sa gilid ng kalsada. Hindi maitago sa kanyang presensya ang galit na para bang ilang segundo na lamang ay sasabog na siya. Hindi niya mabasa kung ano man ang tumatakbo sa isipan ng dalaga kaya nakakaramdam siya ng galit.

Naikuyom niya ang kanyang mga palad at napagdesisyonang lumabas. Kailangan niyang lumanghap ng sariwang hangin.

Hindi mapigilang hindi maglabas ng sama ng loob si Yvo kaya napamura siya nang napamura sa likod ng isang puno kung saan malapit silang nakaparada. Buong buhay niya ay ibinigay niya sa kanyang pamilya. Kahit oras niya para sa kanyang sarili kasama ang kanyang mga kaibigan ay hindi na niya maibigay at ngayon ay papakialaman ng kanyang ama ang kanyang mga desisyon.

Naiiintindihan naman ng binata kung bakit naging ganoon na lamang ang kanyang ama dahil na rin kay Celestine, ang kanyang naging unang nobya. Bakit nga ba siya nagiging ganito? Bakit parang may bumabagabag sa kanyang kalooban na para bang ayaw niyang mawala ang dalaga sa piling niya?

Hindi niya maintindihan o baka ayaw niya lang aminin sa kanyang sarili na nahuhulog na siya sa dalaga. Nahuhulog na nga ba siya o sadyang ayaw niya lang maiwang mag-isa?

"Nagkita kami ng iyong ama kanina at kinausap niya ako," wika ni Astrid na siyang ikinagulat ng binata dahil hindi niya man lang ito napansing bumaba ng sasakyan.

Napalingon naman si Yvo sa kanya at malamlam na tinitigan siya. "Kung ano man ang sinabi niya—" Hindi na niya naipagpatuloy pa ang kanyang sasabihin nang magsalita ulit ang dalaga.

"Kakayanin at kinakaya ko ang lahat na kahit dignidad ko ay kaya kong itaya hanggang sa maubos ako. Kinakaya at kakayanin kong mabuhay dahil may rason ako kung bakit at dahil iyon sa kapatid ko. Siya na lamang ang mayroon ako sa mundong ito at ang pagsulpot mo sa buhay namin ay isa ngang milagro upang madugtungan ang kanyang buhay. Ngunit kung ang kapalit naman noon ay ang mawala ang lahat sa iyo at mailagay sa miserable ang aming buhay ay mas pipiliin ko na lamang na magpakalayo-layo," mahabang litanya ni Astrid at sa bawat salitang binibitiwan niya ay para bang tinutusok ang kanyang puso at parang may nakabara sa kanyang lalamunan.

Nagbabadya namang kumawala ang kanyang mga luha kaya hinayaan na lamang ito ng dalaga. Natigilan naman ang binata sa kanyang nasaksihan at nais niyang hagkan ang dalaga at sabihing magiging ayos ang lahat, ngunit hindi niya magawa-gawa dahil baka umatras lamang ang dalaga sa kanya.

Nais niyang punasan ang mga luha nito at halikan ang mga labi upang manahimik.

"Noon pa man ay may pagtingin na ako sa 'yo. Kolehiyo pa lamang tayo ay gusto na kita ngunit hindi mo naman mapapansin ang isang tulad ko. Sino ba naman ako noon? Kaya noong gabing iyon na may nangyari sa atin, ibinigay ko ang buong sarili ko sa iyo, Yvo. Umalis ako dahil natatakot ako na baka itrato mo ako bilang isang bayarang babae," dagdag pa niya at humagulgol na siya sa iyak.

Akma sanang lalapit si Yvo sa dalaga ngunit umatras ito at umiling-iling. "Nalilito na ako sa ating dalawa. Hindi ko alam kung bakit ngunit sa tuwing may nangyayari sa ating dalawa ay para bang mahal natin ang isa't isa . . . na para bang mayroong tayo pero wala naman talaga. Ang lahat ay nasa isang kontrata lang. Siguro nga dapat na akong lumayo sa 'yo," anito at saka tumalikod.

"Will you still love me tomorrow?" wika ni Yvo at dahan-dahan namang napalingon ang dalaga sa kanyang direksyon. Kasabay nito ang pag-ulan.

"Yvo," bulong ng dalaga kasabay ng hangin at ulan.
"Astrid . . ."

INVITATION

HINIHINTAY ni Imelda, ina ni Yvo, ang pag-uwi ng kanyang asawa. Nasa bakuran niya ito, tinatanaw ang kanyang mga itinanim na orchids habang iniinom ang kanyang ginawang tsaa. Alam niyang pauwi na rin ito dahil may tracker siya ng kanyang asawa na hindi nito alam. Napasulyap siya sa kanyang cellphone at hindi nga siya nagkakamali.

Pinasundan niya kasi ang kanyang asawa at hindi nga siya nagkamali dahil pinuntahan nito ang nasabing dalaga at alam niya rin kung ano ang kanilang pinag-usapan. Isa sa mga pinagkakatiwalaan niya ang drayber nito kaya naipasa agad sa kanya ang record ng kanilang pinag-usapan. Hindi siya makapaniwala sa kanyang mga narinig nang i-play niya ang naipasang record sa kanya.

Hindi iyon ugali ng kanyang asawa at alam niyang hindi naman nito iyon kayang gawin. Ngunit nag-aalala siya sa batang iyon dahil bakas sa tono ng boses nito ang takot. Sa kabila noon ay matapang pa rin ang pagsagot niya. Pinahanga siya ng dalaga dahil sa kanyang mga sagot.

Hindi sila kailanman nanliit ng mga kapwa kaya laking gulat na lang niya at ganoon ang mga sinabi ng kanyang asawa kay Astrid. Alam niya naman kung saan at kanino ang puno't-dulo nito at iyon ay si Celestine—ang unang naging nobya ng kanilang anak.

Noon pa man ay tutol na ito sa kanilang pagsasama dahil unang kita niya pa lang kay Celestine ay hindi na niya ito gusto para sa anak. Ngunit sa huli ay wala na rin naman siyang nagawa nang inalok niya itong magpakasal. Ganoon na lang din ang pasasalamat niya nang hindi iyon natuloy at nagising sa katotohanan si Yvo.

Narinig niya ang huni ng sasakyan ng kanyang asawa na ipinaparada ito. Hindi na siya nag-abala pang salubungin ito na lagi niyang ginagawa. Kapag ganoon ay alam agad ni Sebastian kung saan siya lulugar at mag-iisip agad kung ano'ng ginawa niyang kamalian. Hindi nga siya nagkamali at agad na pumunta ito sa bakuran at agad siyang hinanap.

"Darling, what's wrong?" tanong ni Sebastian sa kanyang asawa na hindi man lang nag-abalang tapunan siya ng tingin.

Humila siya ng bangko at umupo saka napabuntonghininga. Mukhang may alam na siya sa mga nangyayari.

"Don't ask me what's wrong, Sebastian, because you already know. I didn't expect you to be this way. Sebastian, you are not like that," aniya at napahilamos naman ang kanyang asawa gamit ang kanyang mga palad.

Hindi nga siya nagkamali pinasundan nga talaga siya ng kanyang asawa ngunit hindi niya ito nahalata kanina. "Huwag mo nang isipin kung papaano ko nalaman dahil hindi na iyon mahalaga. Harapin mo nga ako, Sebastian. Bakit ka ba ganyan sa anak mo?" dagdag pa niya saka dahan-dahan namang humarap ang kanyang asawa na para bang pinagalitang bata na takot na takot sa ina.

Napabuga naman ito ng paghinga bago nagsalita. "Hindi mo naman siguro ako masisisi dahil na rin sa nangyari noon sa anak natin dahil kay Celestine. He became depressed after discovering that Celestine was only taking advantage of him. I don't want him to go through that again. As a consequence, I would protect him at all costs," wika nito at naiintindihan naman iyon ng kanyang asawa.

Maganda naman ang hangarin ng kanyang asawa ngunit tila hindi naman makatao para sa taong hindi mo pa masyadong kilala ang panliitan at akusahan ito agad. He had overstepped his bounds.

"Yvo was in his twenties at the time and had no idea what love was. Kumbaga iyon ang unang naging leksyon sa kanya, ngunit tingnan mo naman kung ano na ngayon ang anak natin. He can do everything he wanted to do. He can handle things easily since he has matured into a fine young man as a result of how we have cared for him," aniya at napatingin sa kanyang asawa na kasalukuyang nakatingin sa kanyang mga palad na para bang sinasalamin ang mga nagawang kamalian niya kanina.

Hindi naman masama ang kanyang asawa. Nagiging sobra lang ang pagprotekta niya sa kanilang anak. Balak pa nga niyang kasuhan si Celestine noon ngunit pinigilan agad ito ni Imelda dahil wala namang patutunguhan ang lahat at magsasayang na naman ulit sila ng oras. Hinayaan nilang makalayo-layo ang babae ngunit lahat naman ng nilimas nitong pera ay agad din nilang nakuha kaya wala na rin itong mukhang maihaharap.

"Yvo is now in his thirties, and I suppose it's time for him to let go. He can handle things on his own, Darling. Alam na niya kung ano ang mali sa tama at kung ano ang tama sa mali. Minsan ko nang nakita ang dalagang iyon at alam kong isa siyang mabuting bata. Alam ko ring naramdaman mo ito, natakpan lamang kaagad iyon ng nakaraan. Parehas nating mahal ang anak natin. Bakit hindi natin imbitahin ang batang iyon dito?" wika niya at daglian namang napatingin ang asawa niya sa kanya na para bang nahihiya.

"Kailan?" tanong nito at bahagyang natawa naman si Imelda.

Lumagok muna siya sa kanya tsaa bago nagsalita. "Bukas ng gabi. Yvo, will invite her for dinner," wika naman niya na siyang ikinagulat ng kanyang asawa, ngunit agad naman itong binawian ng kanyang pagtango.

"Naging unfair nga ako sa anak natin. Alam ko ring galit na galit ngayon si Yvo sa akin and I don't know how to make things right," wika niya saka naman tumawa si Imelda.

"Ano pa ba't naging asawa mo ako? I can even make mistakes right," anito na nakapagpagawa ng kuwestiyonableng ekspresyon ni Sebastian habang pinapanood ang kanyang asawa na tila tumitipa sa kanyang telepono at inilagay iyon sa kanyang tainga. Minsan ay takot si Sebastian sa kanyang asawa dahil nga sa mga ugali niyang ganito ngunit doon naman siya nabihag nito.

"Anak, where are you?" anito na ngayon ay kausap ang kanilang anak sa telepono. Tumango-tango naman si Imelda sa kanilang pinag-uusapan at hindi rin mapigilan ni Sebastian ang mapatayo mula sa kanyang kinauupuan at lumapit sa kanyang asawa upang makinig sa kanilang pinag-uusapan.

Hindi naman mapigilang hindi mapangiti ni Imelda dahil sa ginagawa ng kanyang asawa. "Okay, I was just thinking, iho, if you could invite Astrid here in our house for dinner. Your father insisted me to do it. Nakausap ko na siya ngayon lang, and in fact, he is listening to our conversation right now. Mag-usap na lang tayo rito, anak, ha. I'll be preparing the food myself as well as your favorites, so please let me know what she prefers, okay? So, I can get it ready."

Nang tuluyan na silang magpaalam ay agad namang tinitigan ni Imelda ang kanyang asawa. "Better ready yourself, darling."

ANG PAGBABALIK

BASANG-BASA sa ulan sina Astrid at Yvo. Tumutulo ang tubig sa buhok ni Astrid habang binabayo siya ni Yvo sa loob mismo ng sasakyan. Mas lalong lumakas ang ulan at hangin kaya wala ring makakapansin sa kanilang sasakyan na tila ba gumagalaw-galaw. Wala rin namamg gaanong sasakyan na dumadaan kay malaya silang gawin ang kanilang gusto.

Napaamin nang wala sa oras si Yvo ng kanyang nararamdaman sa dalaga dahil hindi rin siya sigurado kung salungat din ba ang nararamdaman ni Astrid para sa kanya. Noon pa man ay gusto na ni Yvo ang dalaga at ngayon ay tila mahal na niya ito.

Puno ng ungol ang sasakyan habang binabayo niya nang patuwad si Astrid. Hubo't hubad din ang dalaga kaya malayang napagmamasdan ito ni Yvo.

Abala sila sa kanilang ginagawa nang biglang tumunog ang kanyang cellphone hudyat na may tumatawag. Agad namang tiningnan ito ni Yvo at tila natigilan siya nang malamang ang ina niya pala ito. Hindi pa rin siya tumitigal sa pagbayo kay Astrid nang sagutin ang tawag.

Tinatanong nito kung nasaan siya kaya sinenyasan niya si Astrid na pigilan ang paglikha ng ingay at ganoon din ang ginawa nito habang wala pa ring tigil sa paghugot at pasok niya sa dalaga.

Bahagyang nagulat si Yvo nang anyayahin silang dalawa mismo ni Astrid bukas ng gabi sa kanilang bahay at utos din umano ito ng kanyang ama.

"We'll be there, I got to go, Mom," aniya at saka pinatay ang tawag.

Mas lalong binilisan ni Yvo ang kanyang pagbayo hanggang sa makaraos silang dalawa.

Nang makapag-ayos sila ay doon na lang din nahimasmasan si Yvo nang baliktanawin niya ang pinag-usap nila mismo ng kanyang ina.

"Iniimbitahan tayo nina Mama at Papa sa bahay bukas para sa dinner," wika nito at saka naman natigilan ang dalaga at tinitigan ang binata.

Alam nitong kinakabahan ang dalaga dahil na rin sa nangyari sa kanya kanina ngunit may kutob si Yvo na kinausap ito ng masinsinan ng kanyang ina. Kapag may nangyayaring hindi nagustuhan ng kanyang ina ay hindi na siya magugulat kapag ipapatawag siya o maging ang kanyang ama.

"You look worried. Huwag kang mag-alala. Kilala ko ang aking ama. Ako na ang humihingi ng pasensya, yet I'm sure he will as well ask for forgiveness when the two of you meet again. He invited us to dinner, and I suppose we should be prepared," anito saka kinuha ang kamay ng dalaga at bahagyang pinisil.

Hindi akalain ng binata na halos hirap na hirap na sa buhay ang dalaga at todo kayod sa pagtatrabaho ay sobrang lambot pa rin ng kamay nito. Para siyang nakukuryente sa tuwing ilalapat niya ang kanyang balat sa dalaga at hirap man siyang aminin ay kinikilig siya sa tuwing nagtatama ang kanilang mga mata.

"Baka kasi kung ano'ng mangyari," wika naman ni Astrid, halata sa tono ng kanyang boses ang pag-aalala.

Inipit naman ni Yvo ang ilang hibla ng buhok sa tainga nito at bumulong. "They will love you just as I am in love with you," bulong niya at pinamulahan naman ang dalaga.

May kilig na tinahak ng dalawa ang byahe papauwi.

***

AIRPORT
Alas-dyes ng gabi . . .

"Kanina pa ako rito. Nasaan ka na ba?"

Sa isang sulok ay mayroong isang mestisang babae ang nakaupo sa isang bakanteng upuan at abala sa pagtitipa sa kanyang telepono at panay tawag sa kanyang kaibigan na dapat ay susundo sa kanya.

"Heto na nga at hinahanap ka na. Bakit ba kasi hindi mo rin ako hanapin para naman makatulong ka sa inang kalikasan, ano?" naiiritang sagot naman nito sa telepono.

Hindi na siya sumagot sapagkat alam niya ring malapit na ang kanyang kaibigan at wala pang ilang segundo ay makikita na siya nito.

"Bruha!" sigaw ng isang babae at narinig nito ang takong ng kanyang sapatos na papunta sa kanyang direksyon.

Hindi niya man ito lingunin ay alam niyang si Diane na ito, ang kanyang matalik na kaibigan.

Nang magkita ang dalawa ay agad silang nagkayakapan dahil ilang taon din ang lumipas simula nang lisanin niya ang lugar upang makapagtago. Ngunit ngayon ay bumalik na siya upang maghiganti. Wala naman sana siyang balak ngunit ang kaibigan niya lang mismo ang nagbigay sa kanya ng rason upang bumalik dahil may nasagap umano itong balita.

Lagi niyang nakikita ang binata sa mga magasin o maging sa mga diyaryo, lalong-lalo na kapag patungkol ito sa negosyo. Inaamin niyang minahal niya rin ang binata dahil hindi naman ito mahirap mahalin, at kung tutuusin ay napakaswerte niya na noon dahil halos lahat ay nasa kanya na. Ngunit sinayang niya ito at iyon ang malaking kamalian niya.

Mayroon din kasi siyang nobyo noon kahit magkarelasyon pa sila ng binata.

"So, you're back here for good?" tanong ni Diane habang tinutulungan siyang magtulak ng kanyang mga bagahe.

Umiling naman siya at narinig niya itong bumuntonghininga. "Hindi ka naman kriminal para magtago at isa pa ay masyado nang naging matagal ang taon na iyon. Ilang taon na ba ang nakalipas? Nakalimutan ka na ng mga iyon!" wika niya at saka umirap habang ngumunguya ng kanyang chewing gum.

Napairap naman ang dalaga sa kanyang tinuran. Nahihiya pa rin siya ngunit sa kabila noon ay may galit sa kanyang puso at tinik na hanggang ngayon ay hindi makuha-kuha kahit ilang taon na nga ang lumipas.

Masyado na ngang makapal ang kanyang mukha dahil siya pa ngayon ang may ganang magalit ngunit tao lang din siya at masyado siyang ginipit ng mga taong iyon. Gusto niya lamang makaganti upang gumaan kahit papaano ang kanyang loob, lalong-lalo na sa binata, dahil wala man lamang itong ginawa upang ipagtanggol siya. Alam niyang minahal siya ng binata at kapag nagkita silang dalawa ay sigurado siyang babalik at babalik ito sa kanyang piling.

Hindi siya papayag na may babaeng aagaw ng kanyang pwesto.

"Hoy! Okay ka lang ba? Kanina pa ako salita nang salita rito pero para naman akong timang," anito at doon lamang niya napansin na nasa labas na pala sila at nag-aantay na ng masasakyan.

"Wala kang dalang sasakyan?" tanong niya na hindi makapaniwala dahil iritang-irita na siya sa hindi malamang kadahilanan o dahil naiisip niyang may ibang kasama ang binata sa mga oras na ito.

"Pinaayos ko pa kay Simon," sagot naman nito habang pumapara ng sasakyan.

Tumaas naman ang kilay niya at nakangisi. "Kayo pa rin pala hanggang ngayon?" tanong niya at saka umismid.

"Aba'y oo naman hindi naman ako parehas sa 'yo," anito na walang delikadesa ang bibig at ganoon naman din siya.

Hindi na lamang siya nagsalita dahil ayaw niyang madagdagan ang pag-init ng kanyang ulo.

"Yvo, your Celestine is back."

SNAKE

NASA ospital si Ericka dahil session niya sa kanyang dialysis. Inihatid lamang ito ni Astrid saka bumalik ulit sa bahay upang makapaglaba. Kaya naman nito ang kanyang sarili at kilala naman siya roon kahit papaano kaya hindi siya gaanong mag-aalala.

Nasa trabaho rin si Yvo dahil may aasikasuhin umano itong importante. Workaholic si Yvo at iyon ang unang napansin ng dalaga ngunit bilib siya sa binata dahil kaya niyang balansehin nang maayos ang kanyang oras.

Babalik din siya agad doon kapag natapos na niya ang kanyang mga gawain. Wala rin naman siyang trabaho dahil day-off niya kaya susulitin niya na ito upang makapaglaba at makapaglinis ng bahay. Nakikitira lamang sila kaya ayaw niyang maging burara ang maging pananaw sa kanila.

Magaan at masaya ang kanyang kalooban dahil na rin sa mga magagandang nangyayari sa kanyang paligid lalong-lalo na ang naging dinner nila kasama ang magulang ng binata.

"Magandang gabi sa 'yo, iha. Naku! Ang ganda-ganda mo," masiglang pagbungad sa kanya ng ina ni Yvo sabay yakap sa kanya nang mahigpit at hinalikan pa siya nito sa pisngi.

Nakaramdam siya ng kaunting hiya ngunit ramdam niya ang mainit na pagsalubong sa kanya. Pinisil naman ni Yvo ang kanyang kamay dahilan upang tapunan niya ito ng tingin.

"Nanlalamig ang iyong mga kamay. Huwag kang mag-alala," bulong ni Yvo sa kanyang tainga at ramdam nito ang init ng kanyang hininga na bahagyang nakiliti siya.

Napahagikhik naman ang ina ni Yvo at masayang tinitigan silang dalawa at walang ano-ano pa ay bumaba galing sa hagdan ang ama nito. Biglang kinabahan si Astrid dahil hindi naging maganda ang kanilang unang pagkikita. hindi niya rin alam kung ano ang kanyang gagawin.

Pinisil naman ulit ni Yvo ang kanyang kamay na para bang nagsasabing kasama niya ito kaya kahit papaano ay naging kalmado siya.

"It's very kind of you, Astrid, to accept our dinner invitation. Halika na kayo at lalamig ang inihain ng mama mo Yvo," wika niya at tila nagulat naman si Astrid dahil ibang awra ang nakita niya mismo sa ama ni Yvo.

Naging masagana at puno rin ng tawanan at kwentuhan ang kanilang pinagsaluhan kaya ramdam ni Astrid na kahit papaano ay kabilang siya sa pamilya. Hindi niya naranasan kahit kailanman ang nararanasan niya ngayon kaya lihim din siyang naiinggit dahil lumaki si Yvo sa kompleto at masayang pamilya.

Pagkatapos ng kanilang salo-salo ay nagpasya si Astrid na maglibot na muna sa bakuran kung saan maraming nakatanim na orchids. Nakwento rin kasi ni Yvo sa kanya na hilig ng kanyang ina ang pagtatanim at pag-aalaga ng orchids. Sa lahat kasi ng mga bulaklak ay orchids din ang gusto ng dalaga.

May kinuha na muna saglit si Yvo sa itaas at ang ina naman nito ay abala sa paghahanda ng dessert na siyang kakainin nila mamaya.

Uupo na sana siya sa isang bakanteng upuan nang mapansin niyang hindi pala siya nag-iisa. Naroroon din ang ama ni Yvo at mukhang inaasahan siya nito.

Tumikhim naman ang dalaga. "Maraming salamat po pala sa pag-imbita rito sa akin, Mr. Sebastian," wika niya dahil wala siyang maisip na sabihin at ni hindi niya magawang tumingin nang deretso sa kanya.

"Astrid, halika," anito sa kanyang malamyos na boses.

Tumugon naman ang dalaga at lumapit sa kanya. Tiningnan niya kung saan ito nakatingin at hindi maitago sa kanyang mukha ang pagkagulat dahil puro magaganda at sari-saring orchids na namumulaklak ang kanyang nasaksihan. Hindi niya halos maisip kung ilang taon itong inalagaan ng ina ni Yvo.

Para siyang nilalangoy ng kagandahan ng mga bulaklak at mas pipiliin niya sigurong pagmasdan buong araw ang mga ito kaysa sa maglakwatsa. Napatingin naman si Sebastian sa kanya at bahagyang napangiti. Doon ay napagtanto niyang iba nga ang babaeng dinala ni Yvo at tama nga ang kanyang asawa. Magaan ang loob niya sa dalaga ngunit noong una ay naunahan lamang siya ng kanyang galit at puros pagdududa kaya ngayon din naman ang tamang oras upang makahingi siya ng tawad sa kanyang mga binitiwang mga salita.

"Nais ko lang sanang humingi ng tawad dahil sa ginawa at sa mga salitang binitiwan ko. I admit that I jumped to conclusions, but all I wanted to do was protect my son, and I crossed the line into not thinking. Yvo, was now mature enough to handle these

situations. I'm just a father trying to protect his son," pagbasag nito sa kanilang katahimikan at nauunawan naman itong lubos ni Astrid.

Humarap siya rito at ngumiti. "Nauunawaan ko po kayo at hindi naman po ako nagtanim ng galit sa inyo, Mr. Sebastian," *wika niya at napasinghap siya sa gulat nang kabigin siya nito at niyakap.*

"Tito. Sa ngayon ay iyon ang itawag mo sa akin."

Hindi halos mailarawan ni Astrid kung gaano siya kasaya noong gabing iyon at ganoon din sa Yvo sa kanya.

Abala siya sa pagwawalis sa bakuran dahil tapos na siya sa kanyang mga labada nang may marinig siyang kaluskos. Agad naman niya itong tiningnan at napaatras siya sa gulat nang may makita siyang babae sa kanyang harapan.

Hitsura at pananamit pa lang nito ay aakalain mong isang artista kaya nagtatakang tiningnan ito ni Astrid dahil wala namang binanggit si Yvo sa kanya kanina na may pupuntang bisita.

"Sino ho sila?" tanong niya ngunit tinitigan lamang siya ng babae mula ulo hanggang paa at tinaasan ng kilay.

"Ikaw ba ang bagong katulong dito?" tanong nito sa kanya na para bang walang narinig. "Nakalimutan kong may susi pa pala ako ng bahay na ito . . . what I mean is bahay namin," dagdag pa nito saka may sumilay na ngiti sa kanyang manipis na pulang-pulang mga labi.

Hindi naman pinansin ni Astrid ang mga huling salitang sinambit nito dahil ayaw niyang mag-isip nang patapos. Kailangang maipasabi niya ito agad kay Yvo.

"Pasensya na po at wala kasi rito ang may-ari. Baka gusto ninyong hintayin na lamang siya? Sandali at tatawagan ko sa telepono. Pwede bang malaman ang pangalan kung sino sila?" wika niya at tila hindi naman siya nito pinakinggan. Sa halip ay humila ito ng bangko at umupo.

Dahan-dahan nitong inilagay ang kanyang bag sa mesa na para bang isang babasagin at saka tumingin ulit sa kanya. "Sa pagkakaalam ko ay hindi naman agad-agad nagpapapasok si Yvo ng kahit sino sa bahay na ito. At sa pagkakaalam ko rin ay hindi ka katulong. Ikaw ang bagong pasanin niya, hindi ba?" anito at ikinakunot naman ng noo ng dalaga.

Hindi nito alam kung anong nais nitong ipunto ngunit alam niyang hindi magandang balita ang babaeng nasa kanyang harapan.

"My name is Celestine, siguro naman ay narinig mo na ang pangalang iyan," wika niya at nagpakawala ng mahinang tawa. "Kung ako sa iyo ay umalis ka na sa poder ni Yvo, habang maaga pa. Alam ko namang madatong siya at kahit na sinong babae ay siguradong sasambahin siya kahit na ikaw," anito na tila may panlalait sa kanyang pananalita.

"Kapag nalaman niyang naririto na ako, tiyak akong papalayasin ka na niya, kaya kung ayaw mong maranasan at marinig ang mga katagang iyon sa kanya ay mag-umpisa ka nang magbalot-balot ng mga basahan mo. Tingnan mo nga ang sarili mo. Napagkamalan pa kitang muchacha. Hindi ka man lang marunong mag-ayos. Para kang losyang. Pero kung sa bagay, wala ka pa naman kasing nahuhuthot kaya wala pang datong," dagdag pa nito dahilan upang matawa nang kaunti si Astrid at tila napikon naman si Celestine nang makita ito.

"Tatawagin ko na lang si Yvo," wika ni Astrid at akmang aalis na sa kanyang kinatatayuan dahil sobrang init na sa kanyang pwesto nang biglang sugurin siya ni Celestine.

Isang malakas na sampal ang dumapo sa pisngi ni Astrid at ramdam nito ang pag-init. Bago pa man siya makatingin sa dalaga ay isa na namang sampal ang dumapo sa kanyang kabilang pisngi dahilan upang matumba ito.

Dahil sa lakas ay para siyang nahilo at nawalan ng lakas. Sa mga oras na iyon ay hindi pa kasi siya nakakakain dahil inuna niya muna ang mga gawaing bahay. Iyon siguro ang dahilan kaya nakaramdam siya ng panghihina.

Akma sanang sasabunutan pa ni Celestine si Astrid nang may malakas na boses ang nakapagpatigil sa kanya. Ididilat na sana ni Astrid ang kanyang mga mata ngunit wala siyang makita kung hindi itim lamang, ngunit rinig niya ang boses ng binatang tinatawag siya.

Ang alam na lamang niya ay nilamon na siya ng dilim.

INSECURE

Hindi halos maintindihan ni Yvo kung ano ang kanyang maaaring gawin noong mga oras na nakatanggap siya ng mensahe galing kay Xenon patungkol kay Celestine na umano ay bumalik na ito. Malakas lang talaga ang kutob niya na baka pupunta ito agad sa kung nasaan si Astrid.

Kahit na may importante siyang gagawin ay agad niya itong ipinakansela sa kanyang sekretarya. Pinaharurot niya ang kanyang sasakyan na para bang hindi takot madisgrasya.

"Bakit ka pa bumalik?" bulong niya na ngumingitngit ang kanyang mga ngipin sa galit.

Mahigpit ang kanyang pagkakahawak sa manibela na parang bang liliparin niya na lamang ang daan patungo kay Astrid. Napakasama ng kanyang pakiramdam sa pagbabalik ni Celestine at alam niya kung ano ang kaya nitong gawin.

Naging bulag siya sa pag-ibig niya kay Celestine na hindi na niya mismo nakikita ang mga ugaling hindi nagustuhan ng kanyang ina.

Inaamin niyang minahal niya nang husto si Celestine kaya inaya niya pa itong magpakasal ngunit mabuti na lang din at hindi ito natuloy dahil na rin sa kanyang ama.

Akala niya noon ay mismong mga magulang niya ang kontrabida sa kanilang relasyon ngunit doon pala siya nagkakamali.

Ilang minuto na lang ay malapit na siya sa kanyang paroroonan.

"Kung kasalanan man na manuntok ng isang babae ay gagawin ko pa rin kahit ano pa mang sabihin sa akin kapag sinaktan niya si Astrid," bulong niya saka kinabig papaliko ang manibela at dali-daling lumabas at agad na tumakbo papasok ng bahay.

Nang makapasok siya ay huli na nang makita niyang nakadapa si Astrid at tila nakahawak sa kanyang pisngi. Ni hindi niya makita ang mukha nito dahil natatabunan mismo ni Celestine.

Tama nga ang kanyang hinala. Nandirito nga si Celestine.

Nagkukumahog sa gigil si Yvo nang dali-dali siyang naglakad patungo sa kanilang direksyon.

Dahan-dahan niyang nasilayan ang mukha ni Astrid na para bang ang putlang-putla at pawis na pawis ang kanyang noo.

"Celestine!" sigaw ni Yvo saka pwersahang hinawakan ito sa pulso at itinaboy.

"Yvo! Iyan? Iyan ba ang ipapalit mo sa akin? Ganoon ka na ba ka-cheap ha? Ang pangit naman niyan!" sigaw niya na para bang halos sabunutan niya ang kanyang sarili sa inis ngunit pilit na lumalapit sa binata at tinatangkang halikan ito.

Bubuhatin na sana ni Yvo si Astrid nang pigilan siya ulit ni Celestine at tangkaing hagkan at halikan nang walang ano-ano ay itinulak niya ito. Dahil sa lakas ng kanyang pagkakatulak ay napasubsob ito sa lupa. Para namang mangiyak-ngiyak si Celestine dahil sa hindi siya makapaniwalang nagawa iyon ni Yvo sa kanya.

"Huwag mong ikumpara ang isang tao lalong-lalo na sa isang tulad mo. Wala kang binatbat kay Astrid. Hindi ko gusto na umabot ako sa puntong sisinghalan kita dahil abot-langit ang pagkamuhi ko sa 'yo. Umalis ka na Celestine, bago kita kaladkarin paalis sa pamamahay na ito," wika niya na halos walang emosyon ng pagkaawa sa dalaga kahit umiiyak na ito sa kanyang harapan.

***

GABI NA NANG magising si Astrid at sa kanyang paggising ay nagulat siya nang may makapa siyang kamay. Dahan-dahan naman niya itong tiningnan at halos mahulog ang kanyang puso nang malamang si Yvo pala ito.

Tulog na tulog ang binata habang binabantayan siya.

Isinuklay niya ang kanyang mga daliri sa buhok ng binata. Hindi siya magsasawang gawin iyon dahil napakalambot ng buhok nito kumpara sa kanya.

Tila naalimpungatan naman si Yvo at dali-daling napatingin kay Astrid.

"You're awake. Ano'ng gusto mo? May masakit pa ba sa iyo? Gusto mo ba ng tubig? Sabihin mo lang," tanong niya na para bang aligaga at sobrang nag-aalala.

Hinaplos ni Astrid ang pisngi ng binata at ngumiti. "Ayos lang ako. Nalipasan lang ako ng gutom kanina kaya siguro ako nawalan ng malay," sagot niya saka dinampian ng halik ang kanyang noo.

Hindi niya alam kung saan siya nakakuha ng lakas ng loob upang gawin iyon ngunit para bang katawan na niya mismo ang gumawa ng aksyon.

Tila nagulat naman si Yvo sa kanyang ginawa at hindi niya napigilang hindi mapangiti. Para siyang dinuduyan sa kilig na hindi niya halos maipaliwanag.

"You made me worried about you. Astrid, I can hire someone to handle those tasks for you," anito na siyang ikinailing naman ng dalaga.

Hindi naman kasi nito gusto na gumastos pa ito sa kanilang dalawa dahil nanunuluyan lamang sila.

"Alam mong nanunuluyan lamang kami rito ni Ericka at kayang-kaya ko ang mga ginagawa ng mga katulong dahil naranasan ko na rin ang mga trabahong iyan. Nawalan lang ako ng malay dahil nga nalipasan ako ng gutom. Kasalanan ko rin naman kasi inuna ko ang mga trabaho kaysa sa pagkain," mahabang litanya niya na ikinaismid ni Yvo.

Hindi niya kasi alam kung papaano patulan ang dalaga dahil hindi niya ito kayang gawin. Naging ganito rin naman siya noon kay Celestine ngunit noon ay kaya niya pang hadlangan ito sa kanyang mga sagot ngunit iba si Astrid.

Ibang-iba kay Celestine.

He had dated some celebrities and laid with women, but there were no sensations that he could sense or see. Ngunit noong gabing iyon nang magkita sila ni Astrid at may nangyari ay kakaibang sensasyon ang kanyang naramdaman. Ngunit hindi niya pa alam na siya ang babaeng napupusuan na niya noon pa man. Hindi niya kasi alam ang pangalan nito noon at ilang taon na rin ang lumipas kaya hindi niya agad ito nakilala.

"Kaya mo bang tumayo? Nakapagluto na ako kanina pa. Doon tayo sa labas para kumain at makalanghap ka ng sariwang hangin kahit gabi na. Iinitin ko lang saglit ang mga niluto ko," wika niya saka inalalayan ang dalaga sa pagtayo.

Hindi halos maiwasan ng dalaga na pamulahan siya ngunit agad din itong nawala at napalitan ng ibang emosyon. Doon niya na lang ulit napagtanto ang babaeng nagngangalang Celestine.

Napabuntonghininga naman si Yvo nang makitang tila nag-iba ang reaksyon ng dalaga. "Alam ko ang tumatakbo ngayon sa isip mo. Huwag mo na siyang isipin dahil hindi ka na niya gagambalain pang muli," wika niya at tumango naman ang dalaga.

Napakarami niyang katanungan na gusto niyang marinig mismo sa binata ang mga kasagutan. May alam naman siya kahit papaano sa kanilang dalawa dahil naisawalat niya naman noong isang araw ngunit nang makita niya si Celestine ay tila nilamon siya ng hiya.

Para bang nainggit siya sa dalaga dahil tulad naman talaga niya ang bagay para sa isang Yvo Razon.

Hindi tulad niya na parang basahan.

UNSURE

GABI NA ngunit hindi pa rin makatulog nang maayos si Astrid dahil sa mga kung ano-anong tumatakbo sa kanyang isipan patungkol kay Celestine. Nang bitiwan niya ang mga katagang dapat na umano siyang umalis sa poder ni Yvo sa lalong madaling panahon ay para bang may ibang ibig sabihin iyon para sa kanya.

Hindi niya man halos alam ang lahat ng dahilan ng kanilang paghihiwalay ay para bang may parte sa kanya na dapat siyang magbigay distansya sa binata. Ilang beses na ring may nangyari sa kanilang dalawa at inaamin niyang umiibig na nga siya sa binata ngunit napansin niyang tila napakabilis ng lahat ng mga pangyayari.

Para niyang masasabunutan ang kanyang buhok dahil nililito at pinapahirapan niya lamang ang kanyang sarili. Hindi niya pa man din naririnig sa binata ang salitang 'mahal kita' kaya hindi rin siya sigurado kung ano na nga ba talaga silang dalawa.

"Ano ba itong mga naiisip ko?" bulong niya sa kanyang sarili at napahilamos ng kanyang mukha.

Para siyang punong-puno ng pagkamababang kumpyansa sa kanyang sarili.

Tama, iyon nga ang nararamdaman niya ngayon. Naiinsecure siya sa kanyang sarili dahil mababa nga siyang tao na pwedeng apak-apakan ng mga nakatataas sa kanya.

Para siya mangiyak-ngiyak nang biglang bumukas ang pinto nang hindi niya namamalayan. Napasinghap siya sa gulat nang may pumulupot na mga bisig sa kanyang baywang at nagtanim ng maliliit at maiinit na mga halik sa likod ng kanyang leeg.

"Alam kong hindi ka makatulog ngayong gabi dahil sa mga nangyari. Sabihin mo sa akin kung ano ang bumabagabag sa 'yo. Kahit hindi mo sabihin ay ramdam kong may kakaiba sa iyo," wika niya at mahigpit ulit itong niyakap.

Tumulo naman ang luha ni Astrid habang nakatalikod siya kay Yvo. Hindi naman agad ito napansin ng binata ngunit ramdam niyang may mali kaya agad niyang sinulyapan si Astrid.

Tila nagulat naman siya sa kanyang nakita. Agad naman niya itong pinunasan gamit ang likod ng kanyang kamay.

"Tell me what's wrong, please. It hurts me to see you like this," aniya sa malamyos niyang boses saka hinawi ang buhok at inipit ito sa kanyang tainga.

Napasinghap naman si Astrid at nang magsimula na siyang magsalita ay agad naman siyang pumiyok. Naiinis siya sa kanyang sarili dahil iyon ang ugali niya na hinding-hindi niya gusto.

Humarap naman siya sa binata at agad na nagtama ang kanilang mga mata. "Nawawalan ako ng kumpyansa sa aking sarili dahil sa mga sinabi niya sa akin. Alam ko naman ang totoo at tanggap ko naman kung ano ako ngunit ang marinig iyon sa kanya at patungkol sa iyo . . . para akong nanliliit," pag-aamin niya habang titig na titig ito sa kanyang mga mata.

Bahagya namang hinaplos ng binata ang pisngi ng dalaga at marahang ngumiti. "Huwag mong isipin ang mga sinabi niya. Please, forget it. Iba ka sa kanya. Ibang-iba ka, Astrid. Huwag mong hayaan na pumasok siya sa isipan mo. Nang malaman ko na bumalik siya rito pagkatapos ang ilang taon, ang una kong naisip ay ikaw, kaya agad akong kumaripas dahil alam ko kung ano ang takbo ng kanyang utak," mahabang litanya niya na para bang gusto niya na lang na alisin agad iyon sa isipan ni Astrid.

Inis na inis siya sa kanyang sarili kung bakit nauna pang nalaman iyon ni Xenon kaysa sa kanya. Kung sabagay alam naman lahat ni Xenon kung ano-ano ang mga nangyayari sa kanyang paligid lalong-lalo na sa kanilang tatlo nina Warn at Zyer. Kumbaga lagi itong updated sa lahat dahil bukod sa pagiging hacker ay eksperto talaga ito sa iba pang mga bagay na tiyak na magugulat ka na lang.

Hindi alam ng dalaga kung maniniwala siya kay Yvo ngunit mahal niya ang binata kaya pipiliin niyang sumugal. Sugal naman talagang matatawag ang pag-ibig dahil itataya mo ang lahat-lahat sa iyo pati kaluluwa't katawan mo.

Naitaya naman na niya ang kanyang katawan at wala na siyang kontrol kung pati kaluluwa ay isusugal na niya.

"Mahal kita, Yvo," aniya at tila natigilan naman ang binata.

Ngumiti lamang ito at kinintalan ng halik sa kanyang mga labi.

"Magpahinga na tayo at matulog," aniya at tumango naman si Astrid na nakayakap kay Yvo bago nito ipinikit ang mga mata.

Walang nakuhang sagot si Astrid kahit na gustong-gusto niyang marinig ang mga katagang iyon na galing mismo sa kanyang bibig ngunit nabigo siya.

Wala rin namang silbi kung iiyak siya dahil magmumukha lang itong napilitan o naawa sakaling sabihin niya ang mga katagang iyon. Siguro, ang maaari niya lamang gawin ay ang hintayin itong sabihin iyon sa kanya.

***

ALAS-SINGKO pa lamang ng umaga ay agad na nagising si Yvo. Hindi niya rin lubos alam kung nakatulog na siya nang maayos o hindi dahil na rin sa mga katagang binitiwan ni Astrid sa kanya kagabi.

Bakit ba hindi niya na lang ito sinagot? Alam niyang malungkot ang mga mata ng dalaga nang ipikit na nito ang kanyang mga mata.

Kahit siya ay hindi niya pa rin naman alam kung ano ba talaga ang nararamdaman niya sa dalaga. Oo at iba si Astrid sa ibang mga babaeng nakilala niya ngunit hindi pa siya gaanong kasigurado sa kanyang nararamdaman. Ang tiyak lamang ay ayaw niyang mawala ito sa piling niya.

"Ano ba'ng ginagawa ko sa buhay ko. Lahat naman ng mga bagay-bagay sa buhay ay kaya kong iresolba. Why can't I even solve this?" bulong niya na punong-puno ng galit sa kanyang dibdib saka sinulyapan si Astrid na himbing na himbing sa pagtulog.

Parang bigla siyang kinonsensya sa kanyang hindi pagsagot sa dalaga kaya agad siyang nag-iwas ng tingin at dahan-dahang umalis na hindi nagigising ang dalaga.

Ano ba ang dapat niyang gawin ngayon? Kailangan niyang hanapin at kausapin si Celestine nang masinsinan dahil alam niya na sa mga susunod na araw ay babalik at babalik ito para kay Astrid.

Hindi niya alam ang gagawin sa babaeng iyon kapag nagkataon pang lumapit itong muli kay Astrid at saktan o pahiyain man ito.

Nang makalabas siya sa kwarto ng dalaga ay agad niyang kinuha ang susi ng kanyang sasakyan at hindi na nag-abalang magbihis dahil maaga pa naman ay wala namang makakakita sa kanya. Sa penthouse naman niya siya dederetso kaagad dahil parang hindi siya makahinga nang maayos kapag nagtatama ang mga mata nila ni Astrid, lalo na na ngayon.

"You're a shit, Yvo," bulong niya sa kanyang sarili saka humithit ng kanyang sigarilyo.

ANG PAGBABAGO

Makalipas ang isang taon . . .

NAGING matagumpay ang operasyon ni Ericka para sa kanyang kidney transplant. Halos isang linggo rin ang kanyang inilagi sa ospital upang magpagaling. Kahit na pwede namang apat o limang araw lamang, iginiit ni Mr. Sebastian na mas mabuting isang linggo na ang paglagi nito roon.

Suportado naman ang ama at ina ni Yvo na bumisita rin at tiningnan si Ericka. Hindi lubos malaman ni Astrid kung papaano siya makapagpapasalamat sa pamilya ni Yvo at sa kanya dahil sa pagdugtong ng buhay ng kanyang kapatid.

Naghahanda na rin si Ericka na pumasok sa paaralan dahil iyon ang kanyang kagustuhan. Para siyang ipinanganak ulit dahil magagawa na niyang muli ang kanyang mga nais.

Nangako rin siya sa kanyang ate na gagawin niya ang lahat upang makapagtapos ng pag-aaral at siya naman ang kakayod sa kanilang dalawa, ngunit hindi iyon ang nais ng dalaga. Ang tanging hiling niya lamang ay ipagpatuloy ang buhay nito at kamtin ang mga pangarap nito sa buhay.

Hindi na rin lingid sa kaalaman ni Ericka na mayroong namumuong relasyon sa pagitan ni Yvo at ng kanyang ate at wala siyang tutol doon dahil nakikita naman niyang mahal na mahal nila ang isa't isa.

Ngunit paminsan-minsan ay nakikita niya ang kanyang ate na tulala ito at tila malalim ang iniisip. Tinatanong niya naman kung ano ang problema nito ngunit pinapalitan niya agad ang kanilang usapan. Iyon din ang hindi gusto ni Ericka sa kanyang kapatid dahil sa tuwing siya ang nangangailangan ay sinasalo nito ang lahat, ngunit kapag siya ay sinasarili niya na lamang ito.

Kita niya naman na masaya ito sa piling ni Yvo ngunit ang ipinagtataka niya ay wala pa rin naman silang matatawag talagang relasyon sa isa't isa dahil nang tanungin niya ang kanyang ate ay hindi rin naman sila magnobyo. Hindi na lang din nangialam si Ericka sa mga bagay-bagay na iyon dahil alam naman niyang sa huli ay magkakaroon din ng pagkaklaro sa kanilang pagitan.

Hindi na rin nagtatrabaho si Astrid sa kanyang iba't ibang mga raket, bagkus ay pinag-aral siya ni Yvo ng Marketing dahil iyon din naman ang kursong hindi natapos ng dalaga. Dahil sa mga koneksyon at advanced learning para kay Astrid ay agad itong nakapagtapos.

Madaling turuan ang dalaga at hanga sa kanya ang kanyang mga propesor. Ngayon ay may sarili na itong negosyo ng mga pabango. Malaki ang utang na loob ng dalaga kay Yvo ngunit ang lahat ng iyon ay ibinigay ng binata sa kanya nang buong kusa at pagmamahal.

Hindi din naman tutol ang ama at ina ng binata sa kanyang mga ginawa, bagkus sinuportahan pa nila ito. Bilang ganti ay laging binibisita ng dalaga ang dalawa at pinagsisilbihan sa pamamagitan ng pagluluto at paglilinis. Kahit na may katulong naman ang mag-asawa ay iginiit pa rin ito ng dalaga lalo na ang pagsurpresa sa kanila ng mga paboritong pagkain.

Kahit sa maliliit man lamang na bagay ay mapasaya niya ang mga ito. Ngunit minsan nga ay napatanong ang mga ito sa kanya tungkol sa totoong estado nilang dalawa ni Yvo.

Retirado na sa pagiging chairman si Mr. Sebastian at ibinigay ang pwesto nito kay Yvo. Dahil doon ay halos bihira na lamang magkita sina Astrid at Yvo dahil sa abala ito sa pwesto na iniwan sa kanya ng kanyang ama, lalo na at bago pa lamang siya, at naiintindihan iyon ng dalaga.

"Iha, hindi naman sa nagmamadali kami ngunit gusto lang namin itanong kung ano ang estado ninyo ngayon ng aming anak? May balak ba kayong magpakasal?" tanong sa kanya ng ina ni Yvo.

Ngumiti naman si Astrid ngunit hindi ito abot sa kanyang mga mata habang nilalapag niya ang binili niyang buko pie sa lamesa. "Wala pa po sa amin ang pagpapakasal, Tita. Pero huwag po kayong mag-alala dahil nandito naman po kami ni Ericka para hindi kayo gaanong malumbay dito sa bahay ninyo," wika niya at bahagya namang natawa ito.

"Huwag mo ngang aligagain si Astrid, baka isang araw lumayas na lang 'yan sa kakulitan mo."

Natawa naman si Astrid at humila ng bangko at naupo. "Hindi ho iyon mangyayari, Tito. Hinding-hindi ko po kayo iiwan dahil malaki ang utang na loob namin sa inyo ng aking kapatid at napalapit na po kayo sa amin. Para na rin po kasi namin kayong mga magulang," aniya at matamis namang napangiti ang dalawang matanda.

"Saan naman ang punta mo ngayon, iha, at bihis na bihis ka," puna naman ni Imelda sa kanya.

Napabuntonghininga ang dalaga bago nakasagot. "Magkikita po sana kami ni Yvo ngayong tanghali para kumain sa labas pero mukhang hindi na naman matutuloy kasi may agaran siyang meeting at importante iyon," sagot niya at hinagod naman ni Imelda ang bandang likuran ni Astrid.

"Napagdaanan ko na rin iyan dahil ganyan na ganyan ang matandang ito," wika ni Imelda na itinuturo ang kanyang asawa. "Noong una ay syempre lagi kang malungkot dahil nga sa minsanan na lamang kayo kung magkita at kung mangyari man iyon ay minsan itinutulog at ipinapahinga na lamang nila iyan dahil sa pagod at puyat. Ngunit masasanay ka na lang din sa kalaunan. Lahat naman ay may hangganan, anak. May panahon na ilalaan sa inyo at magkakaroon din kayo ng oras para sa isa't isa. Kapag nangyari iyon, sana ay sulitin ninyo ang mga oras na magkasama kayo," mahabang litanya niya saka mahigpit na hinawakan naman ng kanyang asawa ang kanyang kamay at hinalikan ito sa pisngi.

Matatanda na ang mga ito ngunit bakas pa rin sa kanilang dalawa ang pagmamahal nila sa isa't isa. May kaunting inggit namang naramdaman si Astrid sa dalawa dahil nais niya rin na maging ganoon sila ni Yvo.

Ang totoo ay hindi nagkikibuan sina Astrid at Yvo at iyon ay halos mag-iisang buwan na dahil sa kanilang argumento. Hindi rin kasi nais ni Astrid na mag-alala ang mag-asawa pati na rin ang kanyang kapatid kahit medyo nakahahalata na ito.

"Yvo, ano ba tayo?" tanong niya habang ipinupulupot ang puting kumot sa kanyang katawan.

Ramdam kasi ng dalaga na sa tuwing magkasama sila at sa tuwing may nangyayari sa kanilang dalawa ay parang hangin na lamang siya sa binata. Nauunawan niya naman nang husto na sadyang abala ito sa kanyang trabaho at hindi iyon ang kanyang ipinupunto at lalong-lalo na ay hindi siya galit. Hindi siya galit ngunit lubos siyang nasasaktan dahil sa tuwing sasabihin niya sa binata na mahal niya ito ay wala siyang nakukuhang sagot kung mahal rin ba siya nito.

Dinig naman ni Astrid ang pagpakawala nito ng paghinga na para bang pagod na pagod ito sa tuwing itatanong niya ang mga katagang iyon. "Let's go to sleep at maaga pa ang byahe ko bukas," anito na para bang iniiwasan ang kanyang mga tanong.

"For once, Yvo, please answer me," wika ni Astrid na kahit siya ay hindi niya akalain na mailalabas niya ang mga katagang iyon sa kanyang bibig.

Napatingin naman si Yvo sa kanyang direksyon at dahan-dahang tumayo.

Aalis na lamang siya kaysa sa lumalim pa ang kanilang pag-uusap at alam niya rin kung saan patungo ang kanilang diskusyon. Hindi niya rin alam ang rason kung bakit hindi man lang niya iyon masagot-sagot. Siguro ay takot pa siyang sumugal ngunit ang alam niya lang ay ayaw niyang mawalay sa piling ng dalaga.

"Aalis ka na naman kagaya ng ginagawa mo sa tuwing itatanong ko ang mga iyon sa iyo," aniya saka tumayo mula sa kanyang pagkakaupo habang hawak-hawak ang kumot na nakabalot sa kanyang hubad na katawan. "Nagbago ako para sa iyo, Yvo. Nagbago ako para kahit papaano ay hindi ako maliitin ng mga taong nakapaligid sa buhay mo. Pinilit kong magbago at sa pagbabagong iyon ay naroon ang tulong mo ngunit hindi ang presensya mo. Pinag-aral mo ako upang kahit papaano ay mayroon akong narating sa buhay at ngayon ay may negosyo na ako ang namamalakad. Ano pa ba ang gagawin ko, Yvo, upang maabot ka? Upang makita mo rin ako at hindi lang sa tuwing may nangyayari sa atin!" garalgal niyang sigaw na punong-puno ng hinaing at sakit dahil tila ibinuhos na niya ang lahat sa kanyang dibdib.

Umaagos din ang mga luha sa kanyang mga mata at napatakip siya sa kanyang bibig habang humihikbi.

Walang emosyon na tinitigan siya ni Yvo at hindi man lang ito gumalaw mula sa kanyang kinatatayuan. "I didn't ask you to change your life so don't expect me to change mine," *malamig nitong tugon at agad na tumalikod at iniwan siyang mag-isa.*

"Iha, okay ka lang ba? Tulala ka na naman," tawag sa kanya ni Imelda at napansin naman iyon ng kanyang asawa.

Tumango naman si Astrid at pilit na ngumiti dahil nagbabadya na naman ang mga luha sa kanyang mga mata. "Kain na po tayo. Masarap po ito kapag may kapares na malamig na inumin," pag-anyaya niya sa dalawa at mabilis namang napalitan ng ibang hangin ang kanilang pag-uusap.

ANGELO GONZALES

NAPABUNTONGHININGA na lamang si Astrid habang tinititigan ang kanyang mga mensahe kay Yvo na halos wala man lamang ni kahit isang sagot. Nakailang padala na ba siya ng mensahe? Kung sana ay hindi niya na lamang itinanong ang mga iyon sa kanya siguro ay okay sila ngayon.

Bukod sa kanyang kapatid at mga magulang ni Yvo ay wala nang nakakaalam pa ng kanilang relasyon. Dahil kung malalaman man ito ng publiko ay siguradong malaking iskandalo ito lalo pa at kilala sa industriya ang mga Razon.

Ang alam lamang ng publiko na naging karelasyon ng binata ay walang iba kung hindi si Celestine Ferrer at hanggang ngayon ay hindi pa rin sila nilulubayan ni Celestine.

Kaya naging usap-usapan din ang paglalapit nina Celestine at Yvo sa publiko lalo na at minsan ay nakikita sila magkasama dahil nga isang modelo si Celestine at siya ang naging mukha ng bagong proyekto ni Yvo.

Noong una ay nasaktan si Astrid dahil sa kanyang nalaman na magkasama ang dalawa sa trabaho ngunit inisip na lamang niya na natural lamang iyon dahil parte ito ng kanilang proyekto. Ngunit kalaunan, habang tumatagal ay lagi na silang nasa balita at magkasama.

Kinausap niya rin si Yvo ukol doon ngunit sinagot lamang siya nito na wala siyang dapat na ikabahala at naniwala naman siya roon dahil mahal niya ang binata.

Ngunit ngayon ay hindi niya na alam kung patuloy pa ba siyang maniniwala.

Nasa shop siya ngayon at katatapos niya lamang mag-pack ng mga na-order na mga pabango sa kanya nang biglang may pumasok na customer.

Pansin ni Astrid ang matikas nitong pangangatawan at mala-adonis nitong mukha ngunit tila mukha itong pamilyar para sa kanya. Nakangiti itong nakatingin sa kanya at bahagyang kumaway.

"Astrid, I'm so happy na nagkita na tayong muli after all those years," aniya at napakunot-noo naman ang dalaga dahil hindi niya matandaan ang lalaking nasa kanyang harapan ngayon.

Bahagya namang natawa ito. "Ang bilis mo namang makalimot. Ako ito, si Angelo!" pagpapakilala niya at doon naman nagulat nang husto si Astrid.

Tama nga siya, pamilyar nga ito sa kanya. Si Angelo, ang kanyang naging kaibigan sa isang klase noong kolehiyo ngunit hindi niya akalain na ang isang nerd na tulad nito noon ay magiging mala-artista ang mukha at pormahan ngayon. Ni hindi nga niya ito makikilala kung hindi pa ito nagpakilala.

"Angelo!" tawag niya at agad niya itong niyapos ng yakap. Hinding-hindi niya malilimutan ang mga tulong nito sa kanya noong nag-aaral pa lamang siya.

Bahagya namang nagulat si Angelo sa kanyang ginawa ngunit niyakap rin siya nito pabalik at napangiti. Noong tumigil sa pag-aaral si Astrid ay hinanap niya ito ngunit nabigo siya.

"There . . . there you remember me."

Ilang taon ang lumipas at nakita niya rin ang dalaga at ngayon ay may-ari na ito ng kilalang pabango sa industriya. Nakita niya kasi ito sa isang magasin kaya agad siyang pumunta ngunit bigong makita si Astrid kaya simula noon ay araw-araw na itong pumupunta sa shop nito at araw-araw ding bumibili ng pabango para lamang makita ang dalaga.

Lubos ang kanyang kagalakan nang makita na niya ngayon si Astrid. Hindi pa rin ito nagbabago. Likas pa rin itong maganda at kaakit-akit.

Angelo Gonzales, isa sa mga kilalang businessman sa industriya. May-ari siya ng ilang mga building ng condominiums at may-ari din ng kilalang coffee shop na Espresso na may mga iilang franchise na sa buong Pilipinas. Noon pa man ay mahilig na ang binata sa negosyo dahil nakuha niya ito sa kanyang mga magulang.

Wala rin siyang planong pumasok sa isang relasyon o mag-asawa dahil sa abala siyang hanapin ang babaeng noon pa man ay tinamaan na siya at iyon nga ay si Astrid.

"Kumusta ka na? Halika, maupo tayo rito," pag-aakay niya kay Angelo saka kumuha ng pagkain at malamig na inumin para sa kanilang dalawa.

"Heto, maayos naman. Ikaw ang kumusta? Hindi ka man lang nagpaalam sa akin noon," malungkot niyang wika dahilan upang hawakan ni Astrid ang mga kamay nito.

"Maraming nangyari noon at punong-puno ako ng problema kaya hindi ko na rin naisip ang makapagpaalam. Pasensya ka na," wika niya at saka umupo.

Masaya silang nag-uusap nang biglang tumunog ang cellphone ni Angelo, nagpapahayag na may tumatawag dito.

"Answer it. It might be important," wika niya at nakangiti namang tumango si Angelo bago sagutin sa kanyang harapan ang tawag na medyo ikinagulat niya.

Sa tuwing may tumatawag kasi kay Yvo ay lagi itong lumalayo sa kanya bago sagutin ang tawag ngunit iba si Angelo.

Gusto niyang sampalin ang kanyang sarili dahil tila kinukumpara niya si Yvo kay Angelo na hindi naman dapat.

"Astrid," tawag ni Angelo at agad namang bumalik sa kanyang huwisyo ang dalaga dahil sa kanyang mga iniisip. "Uhm, kailangan ko nang umalis dahil nakalimutan kong may meeting nga pala ako ngayon. Nandito ka pa ba bukas? Can I have your number?" sunod-sunod niyang tanong na ikinangiti naman ng dalaga.

Tumango naman ang dalaga. "Yes, I'm here. Wala kasing tatao rito sa shop dahil naka-leave ang dalawang empleyado ko," aniya at inilahad ang kanyang palad na ikinakunot naman ng noo ng binata.

"Akin na ang cellphone mo at ititipa ko ang numero ko," natatawang wika ni Astrid at natawa naman si Angelo sabay abot ng kanyang cellphone.

Agad namang itinipa ni Astrid ang kanyang numero at tinawagan ito upang mailagay niya rin sa kanyang contacts ang numero ni Angelo.

Nang ibalik na niya ito sa binata ay agad naman itong nagpaalam. Halatang nagmamadali.

"Babalik ako rito bukas, and please make sure na nandito ka dahil marami pa tayong pag-uusapan. It's my treat, okay?" wika niya habang naglalakad palabas ng shop at natatawang tumango naman ang dalaga sa kanya dahil iyon na iyon talaga ang ugali ni Angelo noon pa man.

Aligaga ito kapag may importanteng ganap ngunit bago niya man iwan ang isang bagay o tao ay gusto niyang maayos ang lahat at sigurado.

"Oo na, sige na. Umalis ka na at baka kailangan ka na roon," natatawang wika niya at kumaway naman ang binata bago ito pumasok sa kanyang sasakyan.

Nang mag-isa na lamang siya ay medyo nakalimutan niya ang lumbay kay Yvo at siguro ay maganda iyon na pangitain para sa kanya dahil siguro kahit si Yvo ay ganoon din ang ginagawa. Mag-iisang buwan na rin kasi silang walang koneksyon sa isa't isa. Sinusubukan niyang abutin ang binata ngunit wala siyang nakukuha.

"Siguro ay kailangan ko ring libangin ang sarili ko."

COWARD

MARIING napapikit si Yvo ng kanyang mga mata nang masinagan siya ng sikat ng araw. Agad siyang napatingin sa maliit na orasan na nakapatong sa mesa.

Alas-syete na pala ng umaga. Nahuli na rin pala siya ng gising dahil na rin sa kapaguran. Ibinuhos niya ang lahat ng kanyang mga oras sa trabaho at hindi na naman ulit siya nakasipot sa araw na siya mismo ang nagtakda kasama si Astrid. Ikinansela niya ito dahil na rin sa hindi pa niya handang harapin ang dalaga.

Pagkatapos ng gabing iyon ay hindi na siya makatulog ng maayos sa kaiisip sa dalaga. Bakit nga ba hindi niya man lang masabi ang kanyang totoong nararamdaman para dito?

Dahil ba sa takot pa siyang sumugal?

Napabuntonghininga na lamang siya at napahilamos ng kanyang mukha. Mag-iisang buwan na silang hindi nagkikita at hindi nag-iimikan. Pati mga mensahe ng dalaga ay hindi niya rin magawang mag-reply. Isa nga ba siyang duwag kung titingnan? Gusto niyang suntukin ang kanyang pagmumukha upang magising sa katotohanan dahil iyon naman talaga siya.

Nang makita niya si Celestine na ngayon ay kasama niya sa bago niyang proyekto ay hindi niya mapigilang hindi makaramdam ng takot. Takot na sumugal ulit para kay Astrid dahil baka maulit muli ang kanyang naging kahapon. Wala naman talaga siyang balak na kunin si Celestine dahil hindi naman siya interesado rito ngunit kahilingan ito ng kanilang dealer na siya ang magiging mukha ng kanilang bagong proyekto kaya wala na rin siyang kontrol doon.

Ayaw niya na ring magbigay ng kanyang salita o diskusyon dahil magsasayang lamang siya ng oras niya sa babaeng iyon.

"Una, hinanap ko siya, at ngayong nasa poder ko na siya, ako naman itong nagtatago," aniya na may inis sa kanyang pananalita.

Tatayo na sana siya mula sa kanyang pagkakahiga nang biglang may kumatok sa kanyang pintuan. Pribado ang kanyang penthouse at walang nakaaalam nito maliban sa kanyang mga magulang. Alam naman ni Astrid na may penthouse siya ngunit hindi niya lang alam kung saan ito.

Tiningnan niya ang kanyang cellphone at wala namang mensahe ang kanyang mga magulang na bibisitahin siya. Hindi rin siya tumawag ng utility.

At dahil sa wala rin naman siyang magawa sa bagay na iyon ay agad siyang naglakad patungo sa pintuan at pagbuksan kung sino man ang kumakatok.

Nang buksan niya ito ay nagulat siya nang makita niya mismo ang kanyang ama na may seryosong mukha. "Dad, andito ka. Come in," aniya at pinagbuksan ito ng pinto upang makapasok nang maayos.

"Your place reeks of alcohol. Ano ba'ng ginagawa mo sa buhay mo, Yvo?" tanong ng kanyang ama at humila ng bangko para maupo.

Mataimtim itong nakatitig sa kanya at hindi malaman ni Yvo kung saan patungo ang kanilang diskusyon. "I'm busy as you can see, Dad. Hindi ko pinapabayaan ang pwesto mo and I hope you can see that. I'm just overwhelmed right now, but I'll get through it," aniya saka kumuha ng dalawang tasa at nagsalin ng mainit na kape.

Hindi lubos makapaniwala si Yvo na bumyahe ang kanyang ama upang pag-usapan nila ang tungkol sa estado nila ni Astrid. Ilang oras kasi ang byahe patungo sa kanyang lokasyon.

"That is not my concern," wika nito at saka napabuntonghininga. "I'm talking about Astrid. We can see that there is a connection between you two. You two are wonderful for each other, and you even raised her up, which she didn't waste. Take a look at her right now. We are also proud of her, but we are aware that something is wrong since I can see it in her eyes. I've been in your position before, Yvo, and I don't want you to spend all of your attention on one thing before it's too late," mahabang litanya niya at doon naman natigilan si Yvo.

Pinapangaralan siya ngayon ng kanyang ama at totoong lahat ng kanyang mga sinasabi. Siya lang naman talaga ang duwag sa lahat.

"I know, Dad. It's just that whenever I get the courage to tell her about how much I love her, my past resurfaces, and that's what I'm afraid of," pag-aamin niya na bahagyang nakayuko at hindi makatingin nang deretso sa mga mata ng kanyang ama.

"Then if you are not yet ready, my child, then maybe it is better to let her go. Do not take her for granted. Mahal ka niya at kita ko iyon sa kanyang mga mata. Iyon din ang nakikita ng ina mo sa kanya. Kung ikaw ay ayos lang na ganito ang inyong sitwasyon, puwes sa kanya ay hindi. I hope you could see that. Women are fragile, Yvo," anito at saka tumayo sa kanyang kinauupuan at naglakad patungo sa pinto.

"Aalis na po kayo?" tanong niya habang sinusundan ng tingin ang kanyang ama.

Bahagyang natawa naman ang kanyang ama at tumango. "You said you were busy at baka makapag-isip ka na nang maayos bago mahuli ang lahat, anak," anito saka lumabas na hindi na hinintay ang sagot ni Yvo.

Pagkasara ng pintuan ay napabuga naman ng hininga si Yvo. Dali-dali siyang pumasok sa banyo upang maligo. Kailangan niyang mahimasmasan. Bago siya makapasok sa loob ng banyo ay tiningnan niya ang kanyang kwarto. Tama nga ang kanyang ama, ang imahe ng buhay niya kung saan siya ngayon nakatayo ay wala ang imahe ni Astrid kundi puros trabaho at kaduwagan lamang.

Nang matapos siya sa kanyang pagligo ay tatawagan na sana niya ang dalaga ngunit lowbat na pala ang kanyang cellphone. Huling baterya na pala iyon kanina nang silipin niya ito.

Napamura siya nang wala sa oras at agad na kinuha ang susi ng kanyang sasakyan. Pupuntahan niya ngayon si Astrid at kakausapin. Marahil ay sa sasakyan niya na lamang siya magcha-charge kaya matatawagan niya pa ito maya-maya.

"I did shits and I am now eating all of those shits," mura niya habang papasok sa elevator. Tila napakabagal din ng pagbaba ng elevator sa parking lot kung saan siya naka-park. "I need to see you right now," bulong niya at tila hindi niya mawari ang kanyang nararamdaman nang maalala niya ang binitiwang salita ng kanyang ama na baka maging huli na ang lahat para sa kanya.

Ano ba ang kanyang inaasahan? Mag-iisang buwan siyang hindi nagpaparamdam sa dalaga kahit patuloy pa rin itong nagpapadala ng mensahe sa kanya. Para siyang binuhusan ng malamig na tubig dahil sa mga sinabi ng kanyang ama.

"Astrid, please."

TORN BETWEEN THE TWO

MASAYANG nag-uusap habang umiinom ng kape sina Astrid at Angelo habang binabalikan ang kanilang mga nakaraan noong kolehiyo pa lamang sila. Kasalukuyan silang nasa isang branch ng pagmamay-ari ni Angelo na Espresso at hindi mapigiling hindi mapahanga ni Astrid sa loob ng coffee shop dahil talagang nakaka-relax ito. Hindi na siya magtataka kung dadayuhin talaga ang kanyang pwesto.

"Oh, maiba naman ako. Sa estado mo ngayon, kasal ka na ba?" deretsang tanong ni Angelo sa kanya at kahit punong-puno siya ng kumpyansa sa kanyang sarili ay kinakabahan siya sa magiging sagot ng dalaga.

"Hindi pa ako kasal. Masyadong komplikado ang buhay may relasyon ko ngayon," aniya at napatingin sa kanyang tasa na halos kalahati na lamang ang kape.

Nasiyahan naman si Angelo roon ngunit may balakid pa rin dahil sa may karelasyon umano ang dalaga at lihim siyang nasaktan doon. Pansin niya rin na hindi ito masaya nang itanong niya ang tungkol doon. Hindi niya halos maisip sa kung sino man ang mapangahas na lalaking iyon ay hindi niya pinapahalagahan nang husto ang babaeng tinatamasa niya.

Iniisip niyang sobrang swerte ng lalaking iyon dahil nobya niya ang dalaga ngunit tila hindi naman ito masaya. Tila nabuhayan naman ng loob ang binata dahil hindi nga rin ito kasal kaya pwede pa siyang gumawa ng aksyon.

"Bakit? Care to tell me? Just like the old times," wika niya at bahagyang napangiti naman ang dalaga dahil komportable naman siyang talaga kay Angelo noon pa man.

Sa kanya niya sinasabi ang lahat ng kanyang mga hinaing sa buhay noon pa man.

Ikinuwento nga ni Astrid ang lahat sa kanya at wala siyang inilihim dito. Nagulat naman si Angelo dahil kilala niya ang karelasyon nito. Kilalang-kilala niya si Yvo dahil magkaklase sila sa isang subject noong kolehiyo.

Kilala niya rin ang mga barkada nito na sina Xenon, Zyer, at Warn na tinaguriang mga WXYZ Casanova. Kilala niya ang mga ito dahil sikat sila sa campus at puro mga babaero.

Iba't ibang babae na rin ang dumaan sa kanila at lahat ng mga iyon ay umuwing luhaan. Kaya hindi niya lubos maisip na pati si Astrid ay maukuha ng isa sa mga iyon. At iyon nga ay si Yvo. Matalino, tahimik, wais, at matinik si Yvo, at isa rin sa mga kilalang pamilya sa industriya. Ngayon, isa na si Yvo sa mga kilala at mataas na businessman. Sa katunayan ay sa kanya siya kumuha ng mga iilang building para sa kanyang condominium.

Mahirap kalaban ang isang Yvo Razon ngunit kung para ito sa dalaga ay gagawin niya lahat ng kanyang makakaya mapasakanya lang ang dalaga total naman ay mukhang hindi naman ito masaya sa piling ng binata.

"Kung hindi ka na pala masaya . . . bakit nagtitiis ka pa?" tanong niya dahilan upang magtama ang kanilang mga mata at kita niya ang lungkot sa mga mata nito.

"Malaki ang utang na loob ko sa kanya at pati na rin sa kanyang pamilya. Sila rin ang nagdugtong ng buhay para sa kapatid ko. Minahal ko na rin siya, Angelo. Noon pa man ay gusto ko na siya ngunit heto ako ngayon at tila pilit na umaabot ng bituin sa kalangitan," wika niya bago lumagok ng kape.

"Matagal na taon din ang lumipas. Totoo bang mahal mo pa siya kahit hindi ka na masaya sa piling niya o sadyang tumatanaw ka lamang ng utang ng loob sa kanila? Hindi ibig sabihin na may utang na loob ka na ay pati ang magiging kasiyahan mo ay itataya mo? Base nga sa kwento mo ay halos naibigay mo na nga sa kanya ang lahat," wika niya at tila may pagkapakla ang kanyang tono sa mga huling salitang kanyang sinambit.

Naiintindihan niya ang dalaga dahil nasa isang gipit siya na sitwasyon at ang lahat ng iyon ay para naman sa kanyang kapatid. Noon pa man ay masipag na ang dalaga at saksi roon si Angelo, dahil kahit anong raket ay kanyang pinapasok.

"Minsan ay hindi ko na rin alam ang kasagutan sa mga iyan, Angelo. Tiyaka nga pala—" Hindi na naituloy ni Astrid ang kanyang nais sabihin nang may biglang magsalita mula sa kanyang likuran at pamilyar sa kanya ang boses na iyon.

"Looks like you're enjoying someone else's company." Isang malamig na boses ang kanyang narining na agad niyang tiningnan kung tama nga ba ang kanyang hinala.

Nakatayo si Yvo sa likuran ni Astrid at tila galit ang awra nito. Malalim ang tingin niya kay Angelo na animo kakainin niya na ito nang buhay.

"Man, it's good to see you here," wika ni Angelo saka tumayo at nakipagkamay ngunit hindi tinanggap ni Yvo iyon kundi pinakatitigan niya lamang.

"For me, it's not," tipid niyang sagot na ikinabawi naman ng kamay ni Angelo at tumango na lamang.

Tila kinabahan naman si Astrid sa naging pakikitungo ni Yvo sa binata kaya agad siyang tumayo at kinuha ang kanyang bag.

"Sorry, Angelo, pero mukhang kailangan ko nang umalis," wika niya at dali-dali namang naglakad patungo sa pinto at agad na lumabas. Hindi na niya hinintay ang sagot ni Angelo o ang tapunan man lang ng tingin si Yvo.

Agad-agad namang sinundan ni Yvo ang dalaga. Hindi niya alam ngunit naiirita siya ngayong araw, imbes na maganda dapat ang magiging salubong niya sa dalaga.

Ito ba ang naging resulta sa kanyang pagkawala? Sa kanyang hindi pagpaparamdam? Hindi niya lubos maisip na sa isang buwan ay maiaalis na siya ng dalaga sa kanyang buhay.

"I didn't know that you are that easy to get. May nangyari na rin ba sa inyo? Ano? Ilang araw na? Masarap ba?" sunod-sunod niyang tanong habang sinusundan si Astrid habang patungo ito sa kanyang sasakyan.

Hindi sumagot si Astrid bagkus ay tuloy pa rin ito sa kanyang paglalakad at galit na galit siya ngunit ayaw niyang sumabog sa lugar na iyon.

Papasok na sana siya sa kanyang sasakyan nang bigla siyang buhatin ni Yvo na parang isang sako ng bigas. Agad siyang lumiko ng daan at pinalo ang puwet ng dalaga.

Nagulat naman ang dalaga sa kanyang ginawa kaya pinaghahampas niya ang likuran ng binata.

"Ibaba mo ako ngayon din, Yvo! Nakakahiya ang ginagawa mo!" sigaw niya ngunit pinagtitinginan na sila ng mga tao at ganoon na rin si Angelo na may galit sa kanyang mga mata.

"We're going talk. A deep talk, Astrid."

GREEN-EYED-MONSTER ENGAGEMENT

TAHIMIK na nakauwi sina Yvo at Astrid at hindi sila sa bahay nito kung nasaan si Ericka umuwi kundi sa isang rest house na mayroong kalayuan pa nang kaunti. Hindi na rin nagtaka si Astrid sa bagay na iyon at hindi na rin siya nag-aksaya ng kanyang enerhiya upang makipagtalo pa dahil sa huli't huli ay wala pa rin naman siyang laban dito.

Ngayon lamang nakita at nahawakan ni Astrid si Yvo at masasabi niyang may nagbago rito dahil tila namayat ito nang kaunti. Tila gugol na gugol ito sa trabaho o baka naman sa ibang mga bagay. Hindi mapigilang hindi mapaismid ni Astrid sa sulok sa naisip na iyon dahil baka si Celestine ang ikinakaabala nito nang mahigit sa isang buwan.

Lihim siyang nasasaktan habang iniisip ang bagay na iyon. Hindi niya alam kung ano nga ba siya sa buhay ni Yvo at kung may karapatan ba siya sa mga bagay-bagay tulad ngayon na nasasaktan siya at nagseselos.

Hindi niya alam na ngayon ang uwi ng binata at nagtataka rin siya kung papaano niya nalaman kung nasaan siya sa mga oras na iyon. Inaamin niyang nasisiyahan siyang makitang muli si Yvo ngunit hindi sa ganoong paraan. Napahiya si Angelo sa kanya at hindi niya iyon nagustuhan. Hindi nga niya pinapakialam ang tungkol sa kanila ni Celestine. Napabuntonghininga naman si Yvo dahil hindi umiimik si Astrid at tila ba galit na galit ito sa kanya. Isang buwan din kasing hindi siya nagparamdam dito kaya naiintindihan niya iyon ngunit ang makita siyang may kasama itong iba ay ibang usapan na rin iyon. Hindi niya lubos maisip kung ilang araw na silang magkasama ng lalaking iyon. Kilala niya si Angelo Gonzales dahil naging kliyente niya na rin ito ngunit sa mga oras na iyon ay tingurian niyang hindi niya ito kilala.

Nang maglapat ang balat niya sa balat ng dalaga ay inaamin niyang sabik na sabik siya rito. Tama nga ang ama niya. Mahal na nga niya si Astrid at ngayon ay nag-iinit siya sa galit kapag iniisip niyang may ibang kasama ang dalaga lalo pa at lalaki ito.

"Since when did the two of you start hanging out?" basag niya sa katahimikan at hindi man lang nag-abala ang dalaga na tapunan siya ng tingin.

Hindi ito umimik at sa halip ay humalukipkip pa ito sa sulok, tila walang balak na pansinin ito. Napabuga naman ng hangin ang binata dahil sa inis.

"Hindi mo ako maiiwasan mamaya, Astrid, at kahit na ano'ng iwas mo ay sasagot at sasagot ka pa rin sa akin," wika niya na ikinairap ni Astrid sabay harap dito.

"Isang buwan kang hindi nagparamdam at kahit sagot lang sa mga mensahe ko sa iyo ay hindi mo man lamang magawa. What do you expect me to do? Welcome you? I tried to contact you, but you made no attempt to contact me," wika niya at galit na galit ang ekspresyon nito na siyang ikinangiti lamang ni Yvo. "Ano'ng nginingiti-ngiti mo riyan? Ikaw pa ang may ganang ngumiti? Nambabastos ka ba? Ano'ng ginawa mo roon na hindi mo man lang magawa na sumagot sa mga text ko? Abala ka ba talaga sa trabaho o abala ka sa ibang mga bagay tulad ni Celestine?" dagdag pa niya nang pasigaw at halatang inis na inis na siya.

Malapit na sila sa kanilang paroroonan kaya agad naman itong pinaharurot nang husto ni Yvo. Nagulat naman si Astrid dahil sa bilis nila kaya agad siyang napahawak sa braso ni Yvo dahil na rin sa kaba.

"Magdahan-dahan ka, Yvo, at baka may masagasaan tayo," aniya ngunit hindi iyon pinansin ng binata.

Wala nang mga sasakyan sa lugar na iyon dahil pagmamay-ari ni Yvo ang lugar at pribado ito. Hindi pa lamang ito alam ni Astrid.

"I thought you like it faster," wika naman ni Yvo at napangisi nang pagkaloko-loko. Agad naman siyang hinampas ni Astrid sa kayang braso at doon ay dahan-dahan na ang pag-andar ng sasakyan.

Tanaw agad ng dalawa ang isang napakagandang bahay na isang resthouse lamang. Simple lamang ito na may dalawang palapag at may kombinasyon ng kulay kahoy at puti. Nagtataka si Astrid na napalingon sa binata. Hindi niya pa alam ang lugar na ito. Agad na lumabas sa sasakyan ang binata na may kaunting ngiti sa kanyang mga labi.

"Ano'ng ginagawa natin dito?" tanong niya nang pagbuksan siya ni Yvo ng pinto.

"We are going to talk," tipid niyang sagot at agad na naglakad patungo sa loob.

Napalingon ang dalaga sa kanilang pinanggalingan at masyado na pala silang malayo sa kabihasnan. Halos hindi siya makapaniwala na ang lupang kinatatayuan niya ay pagmamay-ari nila.

Pagkapasok na pagkapasok niya sa loob ay naroon na si Yvo at seryosong nakaupo. Itinuro niya ang isang upuan na sinasabing dapat din siyang maupo. Wala rin naman siyang magagawa kaya kaagad din niyang tinugon ang utos nito sa kanya.

"I want you to listen to me first and please shut your mouth. Huwag mo akong pangunahan sa lahat. Makinig ka muna sa mga sasabihin ko kung bakit hindi ako nagparamdam nang halos isang buwan," mahabang lintanya niya at halatang seryoso.

Tumango naman si Astrid dahil wala na naman silang patutunguhan kapag nanlaban pa siya at gusto niya ring malaman ang dahilan kung bakit hindi nga ito nagparamdam man lang. Lilisan lamang siya sa lugar na iyon kapag hindi siya komporme sa magiging dahilan ng binata.

Namayani ang katahimikan sa pagitan nilang dalawa bago nagsalita si Yvo.

"Alam kong mali ako sa bagay na iyon . . . ang hindi magparamdam nang mahabang panahon at humihingi ako ng kapatawaran mo. Inaamin kong naging duwag ako sa aking nararamdaman para sa 'yo. Hindi ko sinunod ang sinisigaw ng puso ko. I know it really sounds cringy but that is the truth. Mas sinunod ko ang utak ko at doon ako nagsisisi at dahil doon ay parang naaagaw ka na sa akin," wika niya habang titig na titig sa mga mata ng dalaga.

"Kaibigan ko na noon pa man si Angelo at—" Agad siyang natigilan nang putulin ito agad ni Yvo.

"I said listen to me first. Save your energy. You'll need it later," aniya at agad namang napalunok ang dalaga at parang napatango-tango na lamang siya. "Ang dahilan kung bakit hindi ako nagparamdam ay dahil sa hinanap ko na muna ang sarili ko. Noong araw na nagpakita si Celestine ay tila ba bumalik ang lahat ng aking naging nakaraan at agad kitang nakita. Naduwag at natakot ako sa aking nararamdaman kaya itinuon ko na lamang ang aking buong atensiyon sa trabaho, and trust me walang nangyayari sa amin ni Celestine. Hindi ko ginusto na magkasama kami sa isang proyekto dahil kung ako lang ang masusunod ay hindi ko talaga siya kukunin. Kahilingan iyon ng kliyente namin kaya iyon ang sinunod. Naging duwag ako sa aking nararamdaman.

Takot akong sumugal na baka maulit ang lahat ng mga nangyari sa akin ngunit alam ko namang iba ka sa kanya. Ibang-iba ka Astrid, ako lamang itong tanga," aniya na parang nangungusap ang kanyang mga mata.

"Mahal na mahal kita, Astrid," wika niya at dahan-dahang tumayo ito mula sa kanyang pagkakaupo at naglakad patungo sa direksyon ng dalaga habang may kinukuha ito sa kanyang bulsa.

Para namang nahipnotismo ang dalaga dagil sa mga tingin ng binata sa kanya. Hindi niya halos maipaliwanag ang kanyang nararamdaman nang marinig niya iyon kay Yvo. Kumakabog nang husto ang kanyang dibdib dahil ganoon din siya sa binata. Mahal na mahal niya ito higit pa sa kanyang inaakala.

Napasinghap naman ang dalaga sa gulat nang lumuhod si Yvo sa kanyang harapan na may hawak-hawak na maliit na itim na kahon sa kanyang palad. Dahan-dahan niya itong binuksan at napaawang ang kanyang bibig nang malamang isa itong singsing, isang napakagandang singsing.

Isa itong rare ring na minsan lamang kung ipagawa. Ito ay ang Alexandrite ring stones na nagiging kulay emerald sa araw at ruby sa gabi. Ang mga alexandrite mula sa berde o asul na berde sa ilalim ng liwanag ng araw ay nagiging pula o purplish na pula sa ilalim ng maliwanag na maliwanag na ilaw. Bihira lamang ito at ito agad ang pinili ng binata bilang engagement ring niya sa dalaga.

"If you accept my love, this will be our engagement ring. I chose this ring because your beauty shines radiantly at any time of day or night. Ang pagmamahal ko sa iyo noong una pa lang ay iba na. Minahal na yata kita noong unang kita ko pa lang sa iyo noong kolehiyo pa lamang tayo. Hinanap kita kahit saan at kung hindi mo alam, ako ang laging nag-iiwan ng tip sa kung saan ka waitress hanggang sa umalis ako ng Pilipinas para mag-aral sa ibang bansa. I never thought na magkikita pa tayo noong gabing iyon at kinabukasan ay walang humpay akong hinanap ka. I was afraid I was going to lose you again, but then I found you," mahabang litanya niya at hindi na namalayan ng dalaga na lumuluha na pala siya dahil sa mga binitawang kataga ng binata.

Napangiti naman si Yvo at bahagyang pinunasan ang mga luha ng dalaga gamit ang likod ng kanyang kamay. "Will you marry me?" tanong niya at agad naman siyang sinunggaban ng dalaga ng yakap at siniil ng halik.

"Hindi ko aakalain na mamahalin ako ng isang tulad mo. Mahal na mahal din kita, Yvo. At oo, papakasalan kita," sagot naman ni Astrid at walang ano-ano ay agad siyang binuhat ni Yvo na para bang bago silang kasal at hinalikan siya.

"Ako na ang pinakamasaswerteng lalaki sa buong mundo dahil nakatagpo ako ng isang tulad mo and I hope you have a lot of stamina now."

Isang buong gabi nilang pinagsaluhan ang isa't isa bago nila ipinarating ang magandang balita ng kanilang kasal.

WAKAS

"Minamahal na mga kaibigan at pamilya, tayo ay nagtitipon dito ngayon upang saksihan at ipagdiwang ang pagsasama nina Yvo at Astrid sa kasal. Sa kanilang pagsasam, ang kanilang pagmamahalan at pag-unawa sa isa't isa ay lumago at tumanda, at ngayon ay nagpasya silang mamuhay nang magkasama bilang mag-asawa."

Hindi lubos maisip ni Astrid na naririto siya ngayon sa altar at kaharap ang lalaking noon ay pinangarap lamang niya at tinatanaw sa malayuan.

Ganoon din ang nararamdaman ni Yvo at punong-puno ng kasiyahan ang kanyang puso dahil nasa harapan niya ang babaeng makakasama niya sa panghabang-buhay. Sa buong buhay niya ay ngayon lang yata siya nagkaroon ng tamang desisyon at iyon ay ang mahalin si Astrid.

Hindi naman magkamayaw sa pagkantiyaw ang kanyang mga matalik na kaibigan na sina Xenon, Zyer, at Warn dahil kahit na ang mga ito ay kasal na rin. Dala-dala rin ni Zyer ang kanyang asawa't anak. Ganoon din sina Xenon at Warn na kasama ang kanilang mga asawa. Masaya siyang nakikita ang kanyang mga kaibigan na mayroong kasiyahan sa kanilang mga buhay. Ibang-iba na sila ngayon kumpara noon na puro kalokohan at mahilig mambabae.

Naroroon din ang mga magulang ni Yvo pati na rin ang kapatid ni Astrid. Umiiyak sa tuwa si Imelda habang tinatanaw ang kanyang anak na ikinakasal samantalang ipinagmamalaki naman ni Sebastian nang husto ang kanyang anak dahil sa kanyang paninindigan.

Masaya rin si Ericka para sa kanyang kapatid dahil nakita na nito mismo ang kanyang kasiyahan. Buong buhay niya kasi ay inilaan mismo ng kanyang ate para sa kanya.

"Ang tunay na pag-aasawa ay higit pa sa pagsali sa mga bigkis ng pag-aasawa ng dalawang tao. Ito ay ang pagsasama ng dalawang puso. Ito ay nabubuhay sa pag-ibig na ibinibigay ninyo sa isa't isa at hindi tumatanda, ngunit umuunlad sa kagalakan ng bawat bagong araw. Ang kasal ay pag-ibig. Nawa'y lagi ninyong mapag-usapan ang mga bagay-bagay, magtapat sa isa't isa, tumawa sa isa't isa, masiyahan sa buhay nang magkasama, at makapagbahagi ng mga sandali ng katahimikan at kapayapaan kapag natapos na ang araw," wika ng pari sa kanilang harapan at parang naluluha si Astrid habang pinapakinggan ito dahilan upang pisilin ni Yvo ang kanyang kamay.

"Do you, Yvo, take Astrid as your lawfully wedded wife, pledging to love and cherish her through joy and sorrow, sickness and health, and whatever trials you may face for the rest of your lives?"

"I do," sagot ni Yvo at bakas sa kanyang mukha ang kasiyahan.

Hindi naman maitago ni Astrid ang kanyang pamumula at kilig dahil sa kanyang narinig na para bang una pa lang nilang pagkikita.

"Do you, Astrid, take Yvo, as your lawfully wedded husband, pledging to love and cherish her through joy and sorrow, sickness and health, and whatever trials you may face for the rest of your lives?"

Tumingin si Astrid kay Yvo dahilan upang magtama ang kanilang mga mata. "I do, Father," sagot niya sabay ngiti at ganoon din si Yvo.

"I, Yvo, promise you, Astrid, that I will be your husband from this day forward, to be faithful and honest in every way, to honor the faith and trust your place in me, to love and respect you in your successes and in your failures, to make you laugh and to be there when you cry, to care for you in sickness and in health, to softly kiss you when you are hurting, and to be your companion and your friend, on this journey that we make together. Mahal kita hindi lang kung sino ka, kundi maging kung ano ako kapag kasama kita."

Tila naluluha naman si Astrid sa mag sinabi ni Yvo ngunit nakangiti pa rin ito. "I, Astrid, take you Yvo as my husband, to have and keep from this day forward, for better or for worse, richer or worse, in sickness and in health, to love and cherish; from this day forward till death do us part. Sapagkat hindi sa aking tainga ang ibinulong mo, kundi sa aking puso. Hindi ang labi ko ang hinalikan mo, kundi ang kaluluwa ko," wika ni Astrid at hindi mapigilan ni Yvo na mapaluha sa kanyang tinugon.

"By the power vested in me by the State, I now pronounce you husband and wife. You may kiss your bride."

Hinalikan ni Yvo ang ngayong asawa na niya. "I believe our love is capable of doing anything we desire. You are my home, my wife."

***

NAGING masaya at masagana ang pagsasama nina Yvo at Astrid hanggang sa magsilang ito ng kambal na lalaki na puro kamukha ni Yvo. Naging maligaya rin sina Imelda at Sebastian nang masilayan nila ang kanilang unang mga apo.

Gayundin si Ericka na ngayon ay ganap nang isang doktor sa isang gobyernong ospital at tumutulong sa mga dialysis patients.

Hanggang sa lumaki at nagkaroon na ng sari-sariling pamilya ang mga anak nina Yvo at Astrid ay matibay pa rin ang kanilang pagsasama hanggang sa sila ay tumanda.

Araw-araw at gabi-gabi ay laging nagbibigay ng bulaklak si Yvo sa kanyang asawa at tuwing dapit-hapon ay lagi silang nasa balkonahe, tinatanaw ang papalubog na araw, at kung umuulan naman ay pinagmamasdan pa rin nila ang tila ng ulan habang umiinom ng mainit na tsaa.

"Mahal na mahal kita," wika ni Astrid sabay tanaw sa papalubog na araw.

"Mamahalin kita araw-araw, mahal ko. After all, if there is a heaven, we shall meet again, for there is no heaven without you, just let me love you," wika ni Yvo habang magkahawak-kamay silang dalawa.

WAKAS

ABOUT THE AUTHOR

Lourdes Mariah Calindas

Lourdes Mariah Calindas, commonly known by her pen name Heitcleff, has been working on her writing talents since 2015. During her college days, she worked as a journalist and obtained great writing skills. Currently, she works at a private hospital but pursues her passion for writing in her own time. Despite the responsibilities of her career, her passion for writing remains strong, and it gives her satisfaction to know that she continues to find fulfillment through this creative outlet.

www.ingramcontent.com/pod-product-compliance
Lightning Source LLC
LaVergne TN
LVHW041950070526
838199LV00051BA/2976